Jinsi ya Kusali & Kuongea na Yahweh

Shannel S Silwimba

Published by Shannel Steven Silwimba, 2023.

While every precaution has been taken in the preparation of this book, the publisher assumes no responsibility for errors or omissions, or for damages resulting from the use of the information contained herein.

JINSI YA KUSALI & KUONGEA NA YAHWEH

First edition. February 7, 2023.

Copyright © 2023 Shannel S Silwimba.

ISBN: 979-8215875490

Written by Shannel S Silwimba.

Also by Shannel S Silwimba

Chuo cha Tatu
Mwana-Adam ni Nani Naye ni Nini Mungu Amkomboe

Standalone
Historia & Maisha ya Yeshua Kristo
Jinsi ya Kusali & Kuongea na Yahweh
Mafundisho ya Utajiri
Utatu Mtakatifu

Sala ya Ukombozi

Baba yetu uliye Mbinguni; ninakiri kwa mdomo, na kuamini moyoni mwangu kwa dhati ya kwamba, Mwanao Yeshua Kristo ni Mungu. Alikuja katika mwili, na kufariki mauti ya msalaba kwa ajili ya dhambi zangu. Baba Mungu ulimfufua toka katika wafu, na sasa amekaa mkono wako wa kuume katika kiti cha enzi Mbinguni.

Naomba msamaha wa dhambi zangu zote nilizo tenda maishani. Nina-wasamehe wote walio nikosea katika maisha yangu. Namkataa shetani, na dhambi, na tamaa ovu zote.

Nakupenda YAHWEH Mungu wangu kwa roho yangu yote, kwa nafsi yangu yote, na kwa nguvu zangu zote. Niwezeshe niwapende jirani zangu kama ulivyo nipenda mimi.

Nampokea Roho wako Mtakatifu kama ulivyo ahidi. Nakabidhi maisha yangu yote kwake.

Baba Mungu; nina-shukuru kwa neema ya kunitakasa, kunihesabia haki, na kunikomboa kupitia kafara ya damu ya Adonai Yeshua Kristo, toka utumwa wa dhambi mara tu nisalipo sala hii.

Sifa na shukrani upewe YAHWEH kwa kunitimizia mimi mwanao mahitaji yangu yote ya kila siku: neema, afya, utajirisho, shalom, na ushindi katika yote ili nitimize kile ulicho niumbia.

Kwa imani nina-pokea ukombozi wa kiroho kwa maisha ya milele pamoja nawe, na ukombozi wa kimwili kwa siku za Mbinguni hapa duniani. Nina-amini na kukiri kupokea haya yote katika jina la Mwanao, na Mkombozi wetu Adonai Yeshua Kristo.

Amin! Amin! Amin!

K itabu hiki kimepigwa chapa na
        Shannel S Silwimba
P O Box 1699
shannel.silwimba@gmail.com
Dar es Salaam, Tanzania
Afrika Mashariki

Haki Miliki

Toleo la Kwanza

1.	Uandishi Kimapokezi	(Inspiration):	Mei 2007	–	Oktoba 2007
2.	Ujalizi wa Mapokezi	(Authorship):	Oktoba 2007	–	Augusti 2011
3.	Uhakiki wa Kitabu	(Review):	Augusti 2011	–	Oktoba 2014
4.	Uhariri Fasihi	(Literature):	Oktoba 2014	–	Disemba 2016
5.	Uhariri Fasaha	(Fluent[1]):	Disemba 2016	–	Septemba 2021
6.	Tafsiri ya Maandiko	(Translation):	Septemba 2021	–	Aprili 2022
7.	Usanifu & Kibali	(Ratification):	Aprili 2022	–	Novemba 2022

Tahariri

Yeshayah 50:4

Adonai YEHWIH amenipa mimi uwezo wa kuzungumza kama mtu msomi, ili kwamba mimi, kwa maneno yangu, nijue jinsi ya kumkidhi aliye choshwa. Kila asubuhi yeye huyahamsha masikio yangu kusikia kama yale ya msomi. [Tafsiri ya Complete Jewish Bible].

Wagalatia 1:12,16,20

Kwani mimi sikupokea hili toka kwa mtu, wala mimi sikufundishwa [hili], bali ni kwa ufunuo wa Yeshua Kristo ... Kumfunua Mwana wake ndani yangu, hata niweze mfundisha yeye kati ya Mataifa; saa hilo sikushauriana na wenye mwili na damu: ... Na sasa haya mimi ninayo andika kwenu, tazama, mbele za Mungu, mimi sisemi uongo.

Matendo 5:38-39

Na sasa mimi nasema kwenu, jizuieni toka watu hawa, na waacheni wenyewe: kwani kama huu ushauri au kazi hii ikiwa ni ya watu, haitaishia kuwa lolote lile: lakini kama ikiwa ni ya Mungu, nyie hamwezi ipindua; tena isije kutikana nyie mwapigana na Mungu.

Unabii – 30 Mei 2007

"Najimimina nafsi yangu ndani ya kitabu. Watu hawatasoma kitabu, watakuwa wakinila MIMI (kwani MIMI ndiyo kitabu). Watu watakula kitabu na hawata-kisoma (na watakihisi kile walacho ndani ya tumbo lao). Utukufu wangu utakuwa bayana ndani yao, watajua kuwa ni MIMI. MIMI, MIMI naongea kwao na wao watakubali na kukombolewa"...

Hili Tunasema Sisi

Pale Jenerali anapo mpa askari wa daraja la chini kabisa ujumbe kufikisha kwa makamanda vitani, amri hiyo hutangulia zote, na kwayo askari huyo hubadilika daraja mpaka aufikishe ujumbe. Na kwa ujumbe huo, mpangilio mzima, na mwenendo mzima wa jeshi vitani hubadilika.

Dibaji

Mpendwa, jina la kitabu chako hiki ni **MWANA-ADAM NI NANI NAYE NI NINI MUNGU AMKOMBOE** (MNNNMA). Kwa minajili ya kuufikia umma wote wa wanao zungumza Kiswahili tulio tumwa kwao, tuli-kichapisha pia katika vijitabu vidogo tokea baadhi ya masomo yake. Kwa uelewa huu basi, kama mpendwa unacho kimoja wapo ya hivi, tambua kwamba huo siyo ujumbe wote unao kustahili kuupokea.

Tunasema hivi sababu kitabu MNNNMA kimegawanyika katika vyuo vitatu vikupasavyo mpendwa kuhitimu: **CHUO CHA KWANZA** hufunza kuhusu **Mwanzo Mtakatifu & Kuingia Dhambi**. **CHUO CHA PILI** hufunza kuhusu **Fumbo La Ukombozi & Ufunuo wa Ukombozi**. **CHUO CHA TATU** hufunza kuhusu **Mwisho Mtakatifu & Kuondoka Dhambi**. Hivyo ni ushauri wetu umiliki kitabu chote cha (1) **MWANA-ADAM NI NANI NAYE NI NINI MUNGU AMKOMBOE**.

Lakini kama hivyo sivyo kwako, basi uanze na (2) **CHUO CHA KWANZA**, ndipo kifuatie (3) **CHUO CHA PILI**, na ndipo umalizie na (4) **CHUO CHA TATU**. Na kama hata hivi sivyo ilivyo kwako, basi acha tukuvutie kwa baadhi ya masomo ndani ya MNNNMA tuliyo yatoa kama vitabu huria ifuatavyo: -

5) **Historia na Maisha ya Yeshua Kristo**

6) **Jinsi ya Kusali & Kuongea na YAHWEH**

7) **Utatu Mtakatifu**

8) **Mafundisho ya Utajiri**

9) Mafundisho ya Ndoa
10) Ufufuo na Uchukuo
11) Yisrael
12) Ujio wa Pili wa Yeshua Kristo

Pamoja na hivi ni kile tunacho kisambaza bure katika masoko ya vitabu mitandaoni, kinachoitwa **Milenia ya Kristo**. Lengo la hiki ni kuwatambulisha kazi ya MNNNMA wale wote wanaoishi ughaibuni, lakini wanaongea Kiswahili. Kwa jinsi hii, hawa pia wapokee ujumbe wao, kupitia umiliki wa kitabu MNNNMA.

Kitabu hiki MNNNMA kinaleta habari njema kwa kanisa zima linalo zungumza Kiswahili. Kitabu chako hiki kinaifumbua hadithi ya fumbo la nyakati, na pamoja nalo hilo, kinategua kile kitendawili cha kale, pale malaika walipo muuliza Mungu: ... *Je mtu (anaye kufa) ni nini, ambaye wewe unamjali hivi? Na mwana wa adam, ambaye wewe humtembele? Kwani wewe umemfanya yeye chini kidogo ya elohim (malaika), na {bado} umemzinga na taji la utukufu na heshima. Wewe umemfanya yeye kutawala juu ya kazi za mikono yako; wewe umeweka vyote chini ya miguu yake: ...* [Zaburi 8:4-6].

Ni ndani ya fumbo hilo la nyakati, na uteguzi wa kitendawili hicho, ndimo historia yote ya mtu na ukombozi wake vilihifadhiwa kwa umahiri na umakini usio pimika. Kwayo haya mguso wake ulifika mapema, lakini ni uandishi kadri tunavyo pokea (Uandishi Kimapokezi - Inspiration) ulio anza rasmi katika mwezi wa Mei 2007 mpaka Oktoba 2007. Uandishi huo ulifanyikia katika meza ya chakula, tena ulikuwa wa tokea mwanzo wa kitabu mpaka mwisho wake, kwa kadri ya uono wetu hafifu wakati huo. Ujalizi wa Mapokezi (Authorship) ulianza Oktoba 2007 mpaka Augusti 2011, na ndiyo ulio tupatia mgawanyiko wa vyuo, masomo, na mada ambazo mpaka leo bado ziko ndani humu.

Uhakiki wa Kitabu (Review) ulianza tokea Agusti 2011 mpaka Oktoba 2014. Lengo lake hili lilikuwa kuhakikisha uchambuzi wa ndani kabisa wa yaliyo pokelewa, unalandana na maaandiko. Hakika hiyo kwisha kupatikana, ndipo tuliingia katika hatua ya Uhariri Fasihi (Editorial – Literature) kusahihisha majalizi yaendane na mapokezi, pamoja na maandiko. Hili lilifanyika tokea Oktoba 2014 mpaka Desemba 2016. Tukiwa sasa tunacho kitabu makini mbele zetu, ndipo Uhariri Fasaha (Editorial – Fluent) wa usomekaji ulifanyika tokea Desemba 2016 mpaka Septemba 2021. Kama biblia ilivyo, kitabu hiki nacho kimeandikwa ili kisomwe mbele za watu.

Katika juhudi za umakini wa kufikisha mapokezi, ilituwia vema kwamba, sasa wakati umefika wa uwepo wa Biblia Fasaha, na hivyo misingi yake ilianza kusimikwa kwa sisi kufanyia Tafsiri Maandiko (Translation) yote ambayo tayari yameshaingia kitabuni. Na hili lilituchukua sisi kipindi cha tokea Septemba 2021 mpaka Aprili 2022. Na kwisha hilo, ndipo hitimisho la kazi hii lilifika kwa Usanifu na Kibali (Ratification), ulio anza mara moja Aprili 2022 na kukamilika Novemba 2022. Ndipo sasa kikawa tayari kupigwa chapa, hata leo hii kiwe mkononi mwako mpendwa.

Juhudi zote hizi katika uandishi wake kitabu chako hiki, zilikuwa ujenzi juu ya msingi ule-ule wa awali, kwani yote yale ambayo tulipokea, yalibakia kama yalivyo na pale-pale yalipo wekwa kwa upokeo wa awali. Katika miaka yote hii 15 na miezi 6 tuliyo kuwa katika uandishi wa kitabu chako hiki, sisi kwa binafsi yetu tulipokea makuzi makubwa sana, ili kuinuka hadi kufikia upeo wa uelewa ambao YAHWEH anautaka katika Kanisa lake tukufu linalo zungumza Kiswahili. Hivyo tulijifunga kwa uadilifu kwayo mafunzo hayo, na kwa miaka 12 ya awali tulitumia takribani masaa 3 kila siku (part-time), na takribani masaa 10 (fulltime) kwa kipindi kilicho bakia mwishoni.

Sisi tunaamini: kipindi chote hiki tulicho chukua, ni kwa ajili ya sisi kuinuka katika uelewa uhitajikao kupokea kitabu kile kilichopo katika masijala za Mbinguni, hata kiwe pacha na hiki kilichopo mkononi mwako leo hii. Katika vyote na yote ndani humu, tafadhali sana mpe sifa na utukufu Mungu YAHWEH pekee.

Utangulizi

Watangulizi wetu wameshafanya kazi itakiwayo, kwamba sasa majani ni makavu, na kinacho hitajika ni kiberiti tu. Hiki kitabu cha MNNNMA ndicho kiberiti kwa ajili ya mapinduzi ya upendo, na uamsho mkuu ujao. Hivyo kwako wewe usiye mtu kati ya watu, YAHWEH ameiinua sauti yako isikike ndani ya Kanisa lake duniani. Tazama, mboni ya jicho lake amegeuka kukutizama akishang'aa, ni nini hicho Elohim wake afanyacho nyumbani mwako.

Ndani humu utakutana na tafsiri fasaha za maandiko matakatifu tulizo zifanya, tulikuwa hatuna budi, bali kufanya uchokozi huo wa hadharani kudhihirisha changamoto tulizoziona. Tunajua vema, hili limetonesha lile hitaji nyeti la sisi kuwa na tafsiri ya Kiswahili fasaha kitumikacho leo hii katika nyanja zote za maisha. Kuelewa hili, tafadhali tazama mfano kwa mstari Askofu Alpha Mohamed wa kanisa Anglikana (zamani hizo wa Dayosisi ya Mlima Kilimanjaro), alio utoa kwa familia ya mmoja wetu, alipo watembelea katika udogo wake: -

Na	TAFSIRI	YEREMIAH 33:3
1	Bible Society – Tanzania na Kenya	Niite, nami nitakuitikia, nami nitakuonyesha mambo makubwa, magumu usiyo yajua.
2	Jewish Publication Society 1917 OT	Niite, na Mimi nitakujibu, na nitakueleza mambo makubwa, na yaliyo fichwa, ambayo wewe huyajui.
3	King James Version # 2	Niite, na Mimi nitakujibu, na nitakuonyesha mambo makubwa na makuu, ambayo wewe huyajui
4	The Amplified Bible	Niite na Mimi nitakujibu na kukuonyesha wewe mambo makubwa na makuu, yaliyo ndani ya wigo na yamefichwa, ambayo wewe hujui (hutafautishi na kutambua, kuwa na maarifa nayo na uelewa).

Hili andiko (na hususani kwa mapanuzi yake yote tokea tafsiri ya Amplified Bible juu), kwake lilikamilika ndani ya MNNNMA. Hili andiko siku ile lilipo somwa kwa tafsiri ya kwanza, na kutaja *'mambo makubwa, magumu usiyo yajua'* lilitisha sana. Lakini ni mpaka nyakati za kazi ya MNNNMA, ndipo alipo gundua nini haswa lilikuwa likifanyia unabii maishani mwake. Hii ni zaidi ya miaka thelathini (30) kupita ndipo baadaye kabisa aligundua ni *'mambo makubwa na makuu, yaliyo ndani ya wigo na yamefichwa, ambayo wewe hujui.'*

Mpendwa, maandiko matakatifu siyo jiwe lilokufa, kwani yako hai kama jamii yenyewe. Tokea humu utasikia yakinguruma tena kudai vazi jipya, ili kuzigusa tena nyoyo za walio wake. Neno ni lile lile, ila lugha imekuwa na kusonga mbele zaidi. Kila kizazi huifunua historia yake, hisia zao, utamaduni wao, kwa maana nzito zibebwazo ndani ya maneno watumiayo kila siku kuwasiliana.

Umakini wetu kwalo hili ni wa kugusa kitakatifu, hivyo juhudi za dhati zilitumika kurejelea asili ya andiko kwa Kiebrania, kukimbia itikadi na falsafa za watu, na urejesho wa majina asili ya wahusika. Katika kufanya haya, tulitumia lugha kwa sarufi fasaha kufanyia tafsiri. Kupitia unyambulisho tumebebesha nafsi halisi ihusikayo, wakati, na kwake nani hilo lasemwa. Tumetambua kijadiliwacho (contextual meaning) katika kuzingatia kwa makini maana halisi ya neno, na hivyo ujumlisho wa maneno yote yatumikayo katika mstari (sentensi) kuleta maana kamilifu ya andiko.

Ndani humu yako maeneo ambako mguso ulikuwa mkubwa, na hivyo uandishi kufuata mtiririko kadri ujavyo pasipo kujali lolote lile. Katika kuenenda huko, yako ambayo yametushtua sisi kama ambavyo yataitikisa roho yako pia. Katika yote humu, hakuna linalo tishia kujali kwetu, kama sisi kukosea kweli yake pasipo kujua, na kwa kufanya hivyo sisi kuishia kukukosesha wewe mtoto wake mpendwa.

Katika fikra hizi, sisi hutamani haya yote yangebaki na sisi pekee yetu, pasipo uhusisho wa kanisa lake hili lote. Kwa sababu hii, wito wa kazi hii sisi tuliuchukulia kwa kujali sana, ili baada ya yote yeye Mungu, na siyo mtu, afurahishwe sana na utendaji wetu. Milolongo ya uhakiki na uhariri ni kwa ajili ya hili zaidi, kuliko yote mengine.

Mpendwa, kazi hii pamoja na kuwa tendo la kiimani kwao walio amini pekee, lakini bado yabaki kuwa vyuo makini sana kwa kila mkufunzi na mwanafunzi wa neno lake. Kitabu kilikuja kiwe uwanja wa wasio amini katika kumpokea Adonai (Bwana) Yeshua[1] (Yesu) kama Kristo (Mfalme) na Mkombozi wao. Pia pasipo mapungufu yeyote, hiki ni waraka wa barazani katika malumbano na wasio amini kwa nini YAHWEH ndiye Mungu pekee, hata astahili kuabudiwa. Na kana kwamba hayo hayatoshi, kitabu hiki kimeandikwa kiwe msingi wa theolojia wa kanisa linalo zungumza Kiswahili, kwani chafaa kwa marejeo (referencing), na machambuzi ya kitaaluma, ili sote tuwe na maarifa na hekima.

Kitabu chako hiki hakifungamani na dhehebu lolote lile, au kuafiki uwepo wa njia nyingine ya kumfikia Mungu YAHWEH, zaidi ya Mwana wa Mungu Adonai Yeshua Kristo pekee. Tunakubali ni Wakristo na Yehudaizimu (Judaism) pekee, ndiyo wenye nafasi ya kuwa na mahusiano na Mungu YAHWEH. Adonai Yeshua Kristo hakuleta dini au dhehebu duniani, bali mahusiano kamili na Mungu YAHWEH. Na kwamba kweli iko moja, na ya pekee kwa wote ulimwenguni, wakati wote, na mahali pote, kwa vizazi vyote milele. Kitabu chako hiki, kimekuja ili kuifunua hiyo kweli moja na ya pekee.

Sasa kwako mpendwa usiye wa imani hii, njoo uchungue uone kati ya hilo lako na hili letu, lipi waona ndiyo kweli? Njoo wewe uliye jasiri wa dini nyingine ujipimishe uelewa wako na kweli hii. Usiogope njoo, kwani Yeshua wetu alituagiza tukupende kama tunavyo jipenda wenyewe. Tazama, tutakupokea kwa heshima na taadhima pasipo kukuudhi, au kuikera roho yako. Tutakukaribisha tukae kitako kujadili kwa urahisi maswali haya sugu, tokea historia ya mtu: -

1. Kwa nini wewe uliumbwa? Uliumbwa ili iwaje? Kwa nini aliumba mwanamme na mwanamke? Hivi ni kweli kwamba

sisi tulikuwa manyani kabla ya kuwa watu?

2. Kwa nini ukombozi? Kwa nini Mungu asimteketeze satani mara moja, na wote tukarudia kuishi watakatifu raha mustarehe milele?

3. Na wapi katika dini yako pameandikwa kinaga ubaga pasipo kupinda, vipi wewe waweza kombolewa ili kwenda Mbinguni? Nisomee huo mstari ulipo kitabuni mwako nami niujue?

4. Je maisha ya milele ni kweli? Je gehena (jehanamu) na Mbinguni ni mahali pa kweli? Mtu akifa ana kwenda wapi? Akiwa huko ana fanya nini? Wapendwa wangu walio tangulia katika mauti wako wapi, na wanafanya nini leo?

5. Hivi ufufuo na uchukuo wa wafu ni kweli utakuwepo?

6. Nani ameandika maandiko matakatifu? Kwa nini yaaminike? Je kupo ambako yanapingana?

7. Je ni sahihi kuwa na wake wengi au waume wengi? Ipi ni ndoa ya kwanza? Nini maana ya tunda la mti wa kati? Na je talaka ni sahihi?

Mpendwa, thubutu kufika mwishoni mwa kitabu chako hiki MNNNMA na uone ni finyu vipi maswali haya, kwa mlinganisho na maarifa na hekima utakayo hitimu.

Neno ukombozi ni neno la kisiasa, na ndiyo sababu sisi tulisonga mbele na kulitumia kwa ujumla wake katika maana nyingi zaidi, na zilizo sahihi zaidi katika nyakati hizi za mwisho. Tumelitumia kutafsiri maneno 'Salvation' na 'Redemption' kumaanisha ukombozi ulio tufikia kupitia kazi aliyo ifanya Adonai Yeshua Kristo, mpaka kuikamilisha hapa duniani.

Katika mila na desturi za Kiebrania, majina ya watu au mahali hubeba wasifu wa huyo au hapo. Hivyo jina lako hubeba asili yako (roots), tabia zako (prophetic behaviours), desturi zako (tribal, nation affiliations), visifa vyako (attributes), wasifu wako (personality) na hata imani yako (religion). Ni kwa sababu hizi, juhudi za dhati zinafanyika ndani humu kuhakikisha majina asili yote yanarudishwa mahali pake.

Katika kufanya hivi, tutajitenga pia na wasifu za wahusika wa biblia tokea simulizi nyingine zisizo za imani hii ndani ya lugha ya Kiswahili. Hili ni jambo muhimu sana kwetu katika kuchunga usafi wa wasifu zao kwa kadri ya biblia na siyo vinginevyo. Lahaja ya Kiebrania yalandana sana na ya Kiswahili, hata majina hayo kuandikwa kama yalivyo pasipo tatizo lolote kisarufi au kiisimu.

Sisi hujiuliza sana hili, hivi ipo shida gani kwa kanisa unaye zungumza Kiswahili kusali kwake katika jina ambalo yeye mwenyewe, alimsikia mama yake mzazi akimwitia hilo? Kwa lafudhi ya sauti ileile malaika aliyo agiza hivyo ndivyo wamwite? Jina ambalo hata Baba humwita leo akisubiria lile jipya! Ujadilifu huu hatari haumaanishi kwamba nguvu iko katika jina gani, la hasha! Wewe mwite lolote; Yeshua, Yesu, Yehoshua, Jesus, Yesus, Mungu anaijua dhamira yako nani huyo imwitaye. Maana ya jina Yeshua (Yehoshua) la Kiebrania ni 'Mkombozi.'

Kwa kuwa sasa wajua jina linawakilisha nini, sasa sikia haya. Lugha ya Kiswahili inalo chimbuko lake tokea lugha ya Kiarabu. Waarabu kama walivyo Waebrania, wote ni wana wa Shem (shemitic). Ni kwa sababu hii kila unaposikia katika katika vyombo vya habari vya kimagaribi wakitaja Waarabu ni 'anti-semitic,' yaani 'wanapinga uzao wa Shem,' basi tambua huo ni ujinga wa kukosa maarifa (oxymoron). Ni tokea mahusiano haya ya Kiswahili na Kiarabu (semitic), ndiyo matamshi yako Mkristo huonyesha ijumaa kuwa siku ya saba (7) kwa kadri ya dini yao, na siku ya Shabath (iliyo siku ya 7) kuitwa siku ya kwanza ya juma (yaani jumamosi).

Hivi kitu gani kinazuia hata kalenda za kanisa kuchapishwa zikionyesha Shabath yaani jumamosi, ndiyo siku ya mwisho ya wiki? Hauko ubishi katika Ukristo kuwa; Jumapili siyo siku ya kwanza ya wiki. Waumini wote tunajua, kuwa ni Elohim mwenyewe aliyeipa siku ya saba (7) jina la Shabath, na zote nyingine akizitaja kwa namba ya siku hiyo katika wiki ni ya ngapi. Hivyo ni siku hii pekee yenye jina!

Sasa sikia wewe kanisa unaye zungumza Kiswahili: Tengeneza kalenda yako ionyeshayo siku za wiki kwa kadri ya maandiko kuwa: Sikumosi (jumapili) - Sikupili (jumatatu) - Sikutatu (jumanne) - Sikunne (jumatano) - Sikutano (alhamisi) - Sikusita (ijumaa) na - Shabath (jumamosi). Hivi ndivyo yeye alivyo taja ilivyo, hivyo ndivyo pia sisi watoto wake tutaziita siku. Pia hivi ni makini zaidi, sababu usemapo 'juma' humaanisha 'wiki' ambalo ni siku 7, lakini usahihi ni 'siku' ambayo ni masaa 24 tu. Leo wewe umesikia, hivyo anza kuongea hivi, na hata sisi tutafanya hivyo humu, kudhihirisha kwamba inawezekana kabisa.

	AUGUST 2019					
Su	Mo	Tu	We	Th	Fr	Sa
				1	2	3
4	5	6	7	8	9	10
11	12	13	14	15	16	17
18	19	20	21	22	23	24
25	26	27	28	29	30	31

Tokea kina cha uelewa huu, ni ushawishi wetu kwako mpendwa kuwa, Mosheh (Moses) siyo Musa, Shelomoh (Solomon) siyo Selemani, Yosef (Joseph) siyo Yusuf, Yahkob (Jacob) siyo Yakubu, Yitzhak (Isack) siyo Isaka, David (David) siyo Daudi, Iyob (Job) siyo Ayubu, Noakh (Noah) siyo Nuhu, Yeshua (Yesu) siyo Issa, na mengi mengine. Uwepo wa simulizi mbili tofauti juu ya jina moja kwenye mihadhara mitaani, huchanganya waumini. Nenda sasa na ukajitofautishe, hata wao wajue wewe ni wa Mungu YAHWEH katika Adonai Yeshua Kristo pekee.

Shuruti tuwafunze watoto wetu tokea udogo wao kabisa kwamba: **Mungu wa Abraham, Yitzhak na Yahkob, ndiye Baba wa Yeshua Kristo. Hivyo Yeshua Kristo ni Mwana wa Mungu aitwaye YAHWEH. Yeshua Kristo pia yeye ni nafsi Mwana katika Mungu huyo YAHWEH. Na tokea yeye huyu Mungu mmoja, ziko nafsi tatu maarufu kwetu; Mungu Baba (akiwa kichwa kati yao), Mungu**

Mwana (Adonai Yeshua Kristo), na Mungu Ruak HaKodeshi (Roho Mtakatifu). Mungu Mwana, yaani Adonai Yeshua Kristo, ndiye aliye kuja duniani katika mwili, na kufa mauti ya aibu ya msalaba kwa ajili ya ukombozi wetu. Siku ya tatu alifufuka, na siku ya arobaini (40) baadaye alipaa kurudi Mbinguni. Na huko amekalishwa mkono wa kuume wa kiti cha enzi cha Baba Mungu. Kinyume na hivi ni uongo, siyo biblia, na wala siyo Ukristo.

Kitabu chako hiki kinawalenga wana-adam wote, tena zaidi-zaidi wale wote walio wana wa Mungu YAHWEH, yaani wale tu walio zaliwa mara pili, hata awaite watakatifu wake (saints). Hivyo shabaha kubwa ni kwao wahudumu wake, yaani maaskofu, mapadri, wachungaji, wainjilisti, watawa, watumishi, wahubiri, wazee wa sinagogi, walimu wa dini wa shule za msingi, shule za sekondari, vyuo na seminari. Pamoja nao hawa, ni wewe mwanafunzi na mkufunzi wa neno lake, na waumini wote wanayo itafuta kweli kujilisha kwa makuzi yao. Pia ni wewe usiye wa imani hii, lakini uko hapa kujua kweli ni ipi. Karibuni sana!

Kitabu hiki hakibaki kwenye nadharia pekee, la hasha, kwani kinaongoza na kuelekeza uponyaji kwa walio hospitalini, kinaleta faraja na uhuru kwa walio kifungoni magerezani, hupanua wigo wa uelewa na hivyo utajirisho na mafanikio kwao wakulima, wavuvi, wafanya biashara, na wafanyakazi. Pia kinasimama kama ushahidi na changamoto kwa wapinzani wa kweli hii, na wale wote wasio amini bali wapendao kujua nini sisi tunaamini. Na mwisho ni kwako msomi utafutaye maarifa bila kujali itikadi au imani, kama baadhi wafanyavyo hata sasa.

Tazama mpendwa, tukisha maliza kulumbana, kuchekana, na kukashifiana; bado suala hubaki lile-lile moja tu: Je nikifa leo, mimi nitakuwa mgeni wa nani huko niendako? Na kikubwa zaidi hapa; ni hakika ya jibu lako hilo kuwa ndiyo sahihi, na siyo ulaghai wa ibilisi satani. Tafakari ...

Kitabu chako hiki MNNNMA pamoja na mapokeo binafsi, ni mkusanyiko wa mafunuo waliyo pokea kaka na dada zetu wengi wengine katika Kristo Yeshua. Hao waliandika au kuzungumza, na Ruak kuleta kazi zake za awali katika usikivu wetu. Kutoa shukrani kwa kila mmoja wao humu, kunahatarisha dhana nzima ya umiliki wa kazi hii kuwa wa YAHWEH. Hayuko mshiriki pamoja naye katika hili, kwani sote tu vyombo tu alivyo tumia kukufikia wewe mpendwa wake. Pale mmoja wetu afunuliwapo kweli duniani, wote hupokea kweli hiyo moja kana kwamba sisi ni wao, na wao ni sisi.

Tokea uelewa huu, na upendo wetu sote kwa Adonai wetu Yeshua Kristo; hapa linatolewa ombi rasmi kwa pamoja kutumia michoro, picha, majedwali, takwimu, ramani, na vyote vingine vitakavyo tumika tokea vyanzo mbalimbali duniani. Hivi vyote vimesaidia kuifikisha kweli yake kwetu sisi tulio wa mwisho kati ya kaka na dada zetu. Kama tukisema maombi na shukrani zitolewe kwao wote hawa, itachukua kitambo, na pasipo utoshelezi. Hivyo basi: **Katika jina la Adonai wetu Yeshua Kristo, tunakuomba Baba Mungu, ukawajali hawa wote, na kuwajulia hali zao, kwa kadri ya kazi zao kwake Mwanao Yeshua Kristo.** Amin

Kitabu kinatumia mfumo wa nguzo za zizi katika kufikisha ujumbe wake, badala ya ujenzi wa ukuta uletao matengano kwa waumini. Mfumo huu wa zizi hakubali uwepo wa kile kinacho onekana kama mgongano wa maandiko katika biblia, tokea upungufu wa uelewa makini wa yote kanisani. Hivyo kama mjenzi wa zizi anaye pigilia nguzo huku na kule, ili kondoo wakae salama ndani mwake, ndicho sisi pia tufanyacho. Ujenzi wa ukuta katika maandiko hupelekea siasa kali, na migawanyiko kundini kama ile ya kimadhehebu.

Mpendwa, vidole vyako vitaendelea kufungua kurasa za kitabu ambacho sicho cha kizazi hiki, bali cha kile kijacho. Kila ufunguapo ndivyo ulavyo akili, nia, na hisia za Elohim wako. Kama waridi lijifunguavyo alfajiri na mapema, ndivyo kweli na utukufu utakavyo mwagwa na Ruak HaKodeshi ndani mwako kadri ulavyo. Hata sasa Ruak HaKodeshi anao moto uwakao ndani yako pasipo uteketezi.

Mungu Baba, katika jina la Adonai Yeshua Kristo, nakuomba, hekima, maarifa, uelewa na imani tokea haya uliyo yafikisha leo mbele za macho yangu mimi kusoma. Naomba unifungue macho yangu ya kiroho nione, na masikio yangu ya kiroho nisikie, na niamini kweli yako. Amin

Faharisi

Chuo cha Kwanza

Mwanzo Mtakatifu & Kuingia Dhambi

Chuo cha Pili

Fumbo la Ukombozi & Ufunuo wa Ukombozi

Chuo cha Tatu

Mwisho Mtakatifu & Kuondoka Dhambi

7.5 Jinsi ya Kusali kwa Usahihi

Tokea mwanzo wa kitabu chako hiki mpaka sasa ulikuwa ukija hapa, kwani haliko jambo kuu kama hili tokea huko uliko toka, na hata huko uendako. Huu ndiyo msingi mama wa ukombozi wako, sababu ukombozi wako ulikuja kwa kuamini, na kisha kuaminii ulikiri ukitamka kwa mdomo wako Sala ya Ukombozi. Hivyo tokea kauli yako kwa sala, wewe mpendwa ni mfuasi wa Adonai Yeshua Kristo, wewe ni wa Kristo, hivyo wewe ni Mkristo!

Sasa mpendwa wetu jaribu kuyajibu maswali haya yafuatayo kwa udhati wa nafsi yako. Ukifanya hivyo utastaajabia mbele umakini wa mafundisho yako haya mbele za Mungu: nini maana ya sala? Lengo la sala ni nini? Nani alianzisha sala na kwa minajili ipi? Vipi sala huweza timiza hitaji unalo omba kwa Mungu wako YAHWEH? Hivi sala huchukua muda gani mpaka wewe kupokea jibu lako? Je zipi kanuni za msingi ambazo ukizifuata hizo, sala yako hujibiwa mara? Hivi sala shuruti ielekezwe kwa nani, na katika jina lipi? Nini hutokea kwa maombi na sala ambazo hazifuati misingi sahihi?

Katika kuhakikisha yote yale yahusiyo sala yanafunzwa barabara kwako, mada hii pendevu iligawanywa katika maeneo makuu manne (4) kama ifuatavyo: -

1. Tafsiri ya Sala
2. Aina za Sala
3. Kanuni za Sala
4. Desturi za Sala

Tazama hata sasa, na tena tokea mahali hapa; YAHWEH Mungu wako amekutangulia wewe katika hili, hivyo hima na wewe umfuate yeye, na yeye atakuonyesha wewe njia. Amin

Tafsiri ya Sala:

Sala ni tendo la kukusudia katika ombi lako ulitamkalo aidha kwa maneno ya kusikika, au kimya-kimya ndani yako, kumwendea YAHWEH Mungu Muumbaji wetu katika jina la Mwana wake Adonai Yeshua Kristo. Pia utii katika njia zile za awali kwa toraha, humfikia yeye. Kinyume na taratibu hizi, hiko huwa kitu kingine, na kamwe hakimfikii au kumwelekea Mungu YAHWEH.

Sala sahihi ni ibada kamilifu, ambayo kwayo utegemezi (rely/ depend on) wako kwake huonekana. Na tokea hiyo kumuamini (trusting) kwako kwa hakika hujidhihirisha. Na zaidi-zaidi imani (faith) yako kwake huchukua sura ya mahusiano binafsi. Kwa kuwa sala hutamkwa kwa maneno dhamirani, basi sala ni kukiri bayana uwezo wake yeye juu yako wewe, kwani sala hutenda hili kwako.

Kwetu kanisa linalo zungumza Kiswahili, Adonai wetu Yeshua Kristo alituagiza kusali kwa jinsi hii ... *Hivyo basi kwa jinsi hii nyie na msali: Baba yetu uliye Mbinguni, Jina lako litakaswe {lifanywe takatifu na kutukuzwa}. ... Na katika siku hiyo nyie hamta-niomba Mimi kitu chechote. Hakika, hakika, Mimi nasema kwenu, Chechote kile nyie mtakacho muomba Baba {Mungu} katika jina langu, yeye atawapeni nyie [hicho]. Mpaka sasa nyie hamjaomba kitu chechote katika jina langu: ombeni, na nyie shuruti mtapokea, ili furaha yenu iweze kamilika.* ... [Matityahu 6:9, na Yokhana 16:23-24].

Haya mambo 5 chini ndiyo muhtasari wa ujumbe uhusio sala alio kuja nao Mwana wa Mungu, pale alipo shuka duniani kwa ajili yako na yetu wapendwa wake: -

1. Sala zote shuruti zielekezwe kwa Baba Mungu aliye juu Mbinguni,

2. Pale wewe uombapo katika jina la Yeshua Kristo utapokea ili ufurahi,

3. Pale uombapo katika jina la Yeshua Kristo yeye hatasema hapana kwako,

4. Yeshua Kristo huchukua ombi la sala yako kama lake kumsihii Baba Mungu,

5. Chechote utakacho mwomba Baba Mungu katika jina la Yeshua Kristo atakupa.

Je lipo agano jingine lolote na popote kwingine lilo na vipengele bora kuliko hivi? Kama hivi ndivyo, sasa kipi hicho kinacho kushinda Mkristo katika hija yako hii hapa duniani? Ni nini hicho, au nani huyo, ambaye kwa sala yako, haiwezekani mbele za Mungu YAHWEH? Ni kwa uelewa huu tulitamka awali kwa ujasiri mkuu kuwa: 'Tokea mwanzo wa kitabu chako hiki mpaka sasa ulikuwa ukija hapa, kwani haliko jambo kuu kama hili tokea huko ulikotoka, na hata huko uendako.' Hii kauli inaweka dai zito sana humu ndani, hata sisi hulemewa na mzigo wake.

Mwanzilishi wa utaratibu huu mzima wa sala ni YAHWEH mwenyewe, na alifanya hivi kusimika mahusiano ya kudumu kati ya mtu na Mungu wake, wakati wote wewe uwapo hapa duniani. Hivyo sala ndiyo kiunganishi ambacho tokea hicho, hakika ya mamlaka ya mtu aliyo pewa na Mungu duniani hudhihirika. Pale unapo sali kwa kadri ya vile ambavyo tayari kwa maandiko (vipengele vya kiagano) vimesha pewa (loosed) kwako, wewe tayari unasali (loose) nia ya YAHWEH, na hakika hilo shuruti litakuwa.

Kwa jinsi hii wewe mungu wa hii Dunia usalipo, hufanyika uchapisho wa kibali maalumu Mbinguni, kilicho mwaliko wako rasmi kwake Mungu YAHWEH kuingilia ya duniani. Hivyo kupitia sala, nia ya Mungu YAHWEH hutimilika hapa duniani, kama ilivyo juu

Mbinguni. Hivyo basi; sala ni chombo cha kutimiza mahitaji yako yote Mkristo na ya wenzi wako, kupitia mahusiano yako na Mungu YAHWEH. Na zaidi-zaidi ni utimizo wa kile alicho kuumbia hapa duniani (masterplan) kutimilisha. Haya matatu shuruti yaelezee kila kitu kuhusu mfumo mzima wa sala, kama Mungu YAHWEH alivyo usimika hapa duniani.

Kwa kuwa kila mmoja wetu ni sehemu ya mpango wa Mungu unao jidhihirisha na kutimilika kila siku hapa duniani, basi sote katika sala zilizo undani wa dhamira zetu, bado hujikuta tukitimiza mpango wa Mungu kama watoto wake pale tu tusalipo katika nia ya Mungu maishani mwetu. Kusali katika nia ya Mungu, ndiko kuwa katika makubaliano na mpango wa Mungu maishani mwako, na hivyo mwelekeo wa Dunia kwa mtizamo wa Mungu. Hii ndiyo sala ipatayo majibu papo kwa papo (I Yokhana 5:14-15).

Sala hutenda kazi kwa imani, na kwa imani ile iliyo kuja na injili ya neema. Ni kwa msingi wa upendo huu, Adonai alituagiza tusali kwa Baba katika jina lake. Ndani ya neema hiyo, na katika jina lake, sisi ni watakatifu wana wa Mungu Baba, hata tuweze kukisogelea kiti chake cha enzi cha huruma kwa kujiamini. Ni kwa jinsi hii pekee, wewe hupokea huruma ya Mungu, na kuipata neema yake katika wakati wako wa uhitaji (Waebrania 4:16).

Imeandikwa katika Matityahu 6:8 kwamba, kabla wewe haujasali, tayari yeye anajua ulitakalo. Na hii shuruti iwe hakika kwako kwamba, kama toba ilivyo siyo nukta ya ufahamu wake wa dhambi yako hiyo, bali ni nukta ya uachio wa hatia yako hiyo, ndivyo ilivyo kwa sala, hiyo ndiyo nukta ya uachio wa hitaji lako hilo toka Mbinguni. Kama toba lilivyo, sala nayo ni kujinyenyekeza kwako, na kuafiki uwezo wa Mungu YAHWEH juu ya maisha yako yote. Hii ndiyo sala itokayo katika nafsi iliyo pondeka-pondeka Mungu aitakayo.

Sala ni ibada kamilifu, hivyo shuruti ifungamanishwe na imani uachiayo pale uombapo. Ni imani hii uliyo ifungamanisha katika sala inayo ongozana na ombi lako hilo. Hivyo imani ni mtumishi umtumaye tokea roho na nafsi yako kwenda hapo mbele ya kiti cha enzi cha neema. Msaidizi huyu hutenda kwa kuunganisha tumaini lililo tarajio lako, na ahadi za kiagano kupitia neema. Kwa jinsi hii sala huku-unganisha na ushindi, mafanikio, utajiri, uponyaji, miujiza, na kila hitaji nafsi yako iwezayo fikiri au tamani, hata umwombe Mungu YAHWEH.

Sasa basi, sala siyo kwa ajili ya kumsumbua Mungu kuhusu tuhitajivyo kwa mabilioni yetu kila nukta ipitayo hapa duniani, la hasha! Ingekuwa hivi ingekuwa kazi kweli juu Mbinguni! Sala hutu-unganisha na vile ambavyo tayari kwa neema na maagano vimesha-tengwa au achiwa (loosed) kusubiria maombi au uachio (loose) wayo. Sala nje ya nia ya Mungu, hiyo haina ridhaa ya Mungu YAHWEH. Vile ambavyo tayari vimesha ruhusiwa duniani, ni vyetu na watoto wetu kufaidi (Matityahu 16:19, 18:18, I Timotheo 6:17).

YAHWEH hakutaka tujaribu tukijikwaa huku na kule mpaka tubahatishe kugundua misingi sahihi ya sala. Ni nia yake kwamba sisi watoto wake tufaidi mambo mema hapa duniani toka kwake. Na kila hitaji letu alisha lifanyia kazi, na kuwepo hata kabla ya kuzaliwa kwetu. alianzisha mfumo wa sala, ili sisi na wewe tuweze omba chechote tutakacho katika jina la Kaka Yeshua, na Baba atatupatia hicho au hilo, hapo-hapo na kwa mara hiyo-hiyo. Hii ni kweli ya maandiko!

Sala ya Adonai:

Hivyo basi kwa jinsi hii nyie na msali: Baba yetu uliye Mbinguni, ●●● *Jina lako litakaswe {lifanywe takatifu, litukuzwe}. Ufalme wako uje. Utakalo lifanyike duniani, kama [ilivyo] Mbinguni. Utupe leo sisi mkate[2] wetu wa kila siku. Na utusamehe sisi madeni yetu {makosa yetu}, kama vile nasi tunavyo wasamehe wadeni wetu {walio ivunja[3] toraha yako – dhidi yetu}. Na usituongoze sisi katika majaribu {msukumo[4] wa kutenda kile tusicho takiwa kutenda}, lakini utuokoe sisi toka ouvu: kwani ufalme ni wako, na nguvu, na utukufu, [hata sasa na] milele. Amin. ...*

Na ilikuja kuwa, kwamba, kama yeye alivyo kuwa akisali mahali fulani, pale yeye alipo maliza, mmoja wapo wa wafuasi wake alisema kwake, Adonai, tufundishe sisi kusali, kama vile Yokhana alivyo wafunza wafuasi wake. Na yeye alisema kwao, Pale nyie msalipo, semeni, Baba yetu uliye Mbinguni, Jina lako litakaswe {lifanywe takatifu, litukuzwe}. Ufalme wako uje. Utakalo lifanyike, kama ilivyo Mbinguni, pia humu duniani. Utupe sisi kwa kadiri[5] ya siku mkate[6] wetu wa kila siku. Na utusamehe sisi dhambi zetu; kwani hata sisi tuna-msamehe kila mmoja aliye mdeni wetu. Na usituongoze sisi katika majaribu {msukumo[7] wa kutenda kile tusicho takiwa kutenda}; lakini utuokoe sisi toka uovu. ... [Matityahu 6:9-13 na Luka 11:1-4].

Sala hii ya Adonai ndiyo mfano kivuli mkuu, na kwao huo sisi tunaona pateni sahihi ya jinsi ya kusali kwa Mungu YAHWEH, ndani ya agano hili jipya la mwisho. Kutokana na maandiko uliyo soma mara hapo juu, sala hii siyo kwa ajili ya kukariri, bali ni kwa ajili ya kufunza jinsi ya kusali sala iletayo majibu.

Hivyo kwa mwanzuoni makini utaona tokea Matityahu ni mwendelezo wa mafundisho ya moja kwa moja na endaikawa ni kule Kapernaumu ya Galilaya. Matityahu hakuona sababu ya kutueleza ni wapi walikuwa labda kwa sababu za kiuandishi katika kulenga ujumbe pekee. Sisi tunajua Matityahu aliandika mkusanyiko wa mafundisho tofauti, na ya mahali tofauti ili kuleta ujumbe pasipo kujali sana yahusikanayo.

Lakini katika Luka tunaona mazingira ambayo Adonai Yeshua alikuwa akisali katika eneo ambalo Petros naye hakuona umuhimu wa kulitambulisha. Na kwamba alipo maliza kusali ndipo mmoja wa watumishi wake alimwomba awafundishe kusali kama Yokhana Mbatizaji naye alivyo wafundisha watumishi wake kusali. Hapa ndipo Adonai Yeshua aliwafundisha Sala ya Adonai siku hiyo.

Je baada ya kuwafundisha hawa, ndiyo siku nyingine aliwafundisha watu wote? Je hiyo ndiyo siku Matityahu anayo irejelea? Wazo hili laonekana sahihi kwetu kwa sababu ambazo utaziona mbele. Katika rekodi hizi mbili za sala hii, tunaona Matityahu akiwa na sala kamilifu mpaka na neno amin kuashiria mwisho wa sala. Tunaona Sala ya Adonai kwa Luka ikiwa pasipo mstari ule wa mwisho usemao *'kwani ufalme ni wako, na nguvu, na utukufu, [hata sasa na] milele. Amin.'*

Pamoja na hili tunaona tofauti ndogo isiyo tofauti kwani ni mgeuzo wa neno la awali na mwisho kwa Luka akisema *'Utakalo lifanyike, kama ilivyo Mbinguni, pia humu duniani.'*, wakati Matityahu akisema *'Utakalo lifanyike duniani, kama [ilivyo] Mbinguni.'* Dhana na maana bado ni moja, tena hii huthibitisha kweli hizi ni rekodi toka walio kuwepo, sababu hata leo watu hurekodi matukio hivi. Kumbuka jinsi wahojiwao mara baada ya tukio kwenye televisheni yako wasemavyo tofauti, lakini maana ni hiyo hiyo moja. Kitaaluma hili halipunguzi ukweli, bali huthibitisha kweli.

Matityahu anasema *'Na utusamehe sisi madeni yetu {makosa yetu},'* wakati Luka anasema *'Na utu-samehe sisi dhambi zetu;'* pamoja na hizi zipo tofauti nyingine ndogo zaidi mbili za mageuzo ya maneno. Mpendwa, hizi bado ni tofauti ndogo ambazo hazipunguzi chechote katika maana na mantiki ya Sala ya Adonai. Mara nyingi tofauti ile ya kutokuwepo/ kuwepo mstari wa mwisho ni aidha makosa ya kiuchapaji/ nukuu au kazi ya uhariri ulio fuatia uandishi huo.

Na kuhusu mageuzo ya neno kwenda mbele au nyuma ni matumizi ya lugha na tafsiri zake. Lakini la msingi kama ulivyoona, maana kwa zote mbili ni ile moja na mantiki ya sala ni kamilifu kwa wote wawili. Kumbuka uandishi ulifuatilia kile alicho sikia, simuliwa, au thibitisha. Ni hapa katika hizi tofauti, na ile dhana ya awali ndiyo sote hujiuliza nini maana yake.

Inaonekana Matityahu (aliye kuwepo na kusikia) anajenga dhana kwamba, watu wote walifundishwa Sala ya Adonai, basi ni lazima iwe kamilifu na itumikayo kama msingi sahihi wa sala zetu zote nyingine. Lakini kwa maelezo ya Luka ambayo aliandika, na inakubalika hakuwepo katika siku ya mafundisho (Luke 1:1-3, Matendo 1:1-2) ya watu wote ya sala hiyo, alichukulia kuwa ni 'jinsi ya kusali' na siyo 'sala ya kusali' kama alivyo fanya Matityahu. Je huu ndiyo mtizamo wa Petros pia ambaye Luka aliandika tokea maelezo yake?

Hili hufafanua mgawanyiko wa wanazuoni hata leo hili. Vyovyote iwavyo sala hizi zimefikisha ujumbe mmoja ambao nasi leo ndiyo tuta-utumia kama pateni ya 'Jinsi ya Kusali kwa Usahihi' toka misingi ile aliyo isimika Adonai Yeshua Kristo. Kuigiza pateni hii yake shuruti kupelekee matokeo yake aliyo kuwa akipokea kwa sala zake. Ziko pateni 3 muhimu sana kwa sala hiyo: -

1. Huanza na Baba Mungu katika hakika ya uwepo wake, uwezo kwa mamlaka yake, na ujuzi kwa jinsi ya nia yake. Na humaliza kwa hili hili, kwamba ufalme, nguvu, na mamlaka ni yake kwa milele yote,

2. Huweka bayana utegemezi wako kwake wa mahitaji ya kiroho (ondoleo la dhambi - toba) na mahitaji ya kimwili (chakula cha kila siku),

3. Na mwisho ni hakika kwamba, uovu na majaribu ni kweli, kwani pamoja na uwepo wa maibilisi, bado mtu hutiwa majaribuni zaidi na tamaa zake. Na hivyo msamaha wako na kusamehe kwako ni pacha katika imani ya neema yake

upendoni.

Pateni hizi kuu 3 uhifadhi vigezo 10 muhimu vya imani yako ya Kikristo katika ngazi za madaraja 3 kama ifuatavyo: -

Yamhusiyo Mungu:

1. Wapi Mungu wetu anaishi - Mbinguni
2. Sifa au utukuzo wa jina lake - Baba Mungu.
3. Ufalme ni wa Mungu - uko ndani yako muumini

Yamhusiyo Mtu:

1. Nia ya Mungu - kila sala yako ilenge hiki sababu ndicho alicho ridhia maishani mwako
2. Mahitaji yetu duniani – hapa ndipo siku za Mbinguni duniani zilipo hifadhiwa
3. Msamaha wa dhambi kwa kusamehe walio kukosea – kanuni itunzayo utakatifu mahusianoni
4. Baba Mungu kukuepusha na majaribu – hakikisho anaye kujaribu na uovu siyo yeye Mungu
5. Ukombozi toka uovu – ukombozi ni wa Adonai Yeshua Kristo

Yamhusiyo Mungu:

1. Ufalme wa Mbinguni na Dunia ni wa Mungu YAHWEH – ufalme wa Dunia aliurudisha Yeshua
2. Mamlaka, nguvu na uweza ni YAHWEH - vyote na kila kitu ni YAHWEH.

Tunajua asilimia karibu 99% ya sala zako mpendwa zimebobea katika namba 4-8. Kila maandiko yalicho ahidi tayari hicho ni nia ya

YAHWEH maishani mwako, hivyo yuko radhi wewe kumwomba kwa sala. Anajua amekuahidi siku za Mbinguni hapa duniani tokea baraka zake (nchi itiririkayo asali na maziwa), hivyo hata kwa afya ya familia, utajirisho, ushindi maishani, na mafanikio kwa kila hitaji lako, yeye yuko radhi wewe kusali kwake (haya alisha yakubali tayari kimaagano).

Aina za Sala:

Maandiko matakatifu yathibitisha sala kuwepo katika vipindi vyote vya maagano ndani ya tanakh (agano la awali). Toka Mwanzo 24:12 mtumishi wa Abraham aliye tumwa kumtafutia Yitzhakh mke alisali kwa YAHWEH. Katika toraha tunaona kwa Kutoka 34:9, Hesabu 11:2 ambako Mosheh anasali kwa YAHWEH Elohim na kuitikiwa.

Pia yako maandiko mengi mengine kama I Shamuel 1:12,26, I Wafalme 8:54, II Kronikozi 7:1, Daniel 6:13, 9:20 na sala nyingi kupindukia katika agano hili jipya la mwisho. Vitabu vya injili na nyaraka vimejaa sala, na hata mitume kuomba wafunzwe kusali sababu watumishi wa Yokhana Mbatizaji wanajua kusali.

Katika wingi huu wa kila aina ya sala, na kwa uzingatifu makini wa yote yaliyo tangulia kusemwa, sisi huona uwepo wa aina 3 kuu za makundi ya sala kitabuni: -

1. Sala ya kumwomba Mungu jambo au kitu fulani,
2. Sala ya kumsifu na kumshukuru Mungu kwa sababu ya alicho tenda,
3. Sala inayo elekezwa kuziba au kuzibua, na kufunga au kufungua toka adui ibilisi.

Katika hali ya kawaida siku zote sala huwa na mielekeo mitatu:

i. Katika mwelekeo wa kwanza, mlengwa wa sala ni Baba Mungu kupitia Kristo,
ii. Mwelekeo wa pili ni wako mwombaji, na

iii. Mwelekeo wa tatu ni hilo jambo au kitu kinacho ombewa.

Sasa tazama tena masharti yake haya 3 hata sala iwe stahilifu:

a. Ili sala ifike kwa mlengwa wa kwanza (Baba Mungu) ni shuruti iwe katika jina la Adonai Yeshua Kristo (au inayo fuata vigezo vya toraha).

b. Na wewe muombaji shuruti uwe muumini, yaani mwenye haki, mtakatifu, mtoto wa Mungu YAHWEH (aidha Mkristo au Myisrael).

c. Na kile unacho omba shuruti kiwe ni kile ambacho aliahidi katika maandiko yake, ili kiwe ni nia yake, na hivyo faradhi[8] kwake kutenda kwa kadri ya mpango wake maishani mwako.

Tukijitizama wenyewe, sisi uhukumu wingi wa sala zetu sisi tunao zungumza Kiswahili, ni kwavyo vitu au masuala haya yafuatayo: kupata nyumba, gari, mke, mume, watoto, nguo, chakula, kazi, shamba, mazao, fedha, mali, afya, furaha, ushindi, hekima, akili, wateja, mavuno mengi, marafiki, zawadi, kusifiwa, kukubalika, kupendwa, kufaulu mtihani, uongozi, madaraka, nakadhalika.

Kibali rasmi toka maandikoni cha kufanya haya yote ni andiko la Matityahu 7:7-11 ... *Ombeni, na shuruti nyie mtapewa hicho; tafuteni, na shuruti nyie mtapata {mtaona}; bisheni {hodi}, na shuruti ita-funguliwa kwenu nyie: Kwani kila mmoja anaye omba hupokea; na yule ambaye hutafuta hukipata {hukiona hicho}; na kwake yule abishaye {hodi} shuruti atafunguliwa {mlango}. Au ni mtu gani kati yenu, ambaye huyo kama mtoto wake atamuomba mkate, yeye atampa jiwe? Au kama yeye ataomba samaki, yeye atampa huyo nyoka? Kama nyie basi, mlio waovu, mnaweza kuwapa zawadi nzuri watoto wenu, je ni zaidi kiasi gani Baba yenu aliye Mbinguni atawapa vitu vizuri kwao wale ambao wata-muomba yeye? ...*

Katika kuchambua kwetu maandiko tulitafuta pateni ambayo kwayo hiyo, aliye kamilisha vigezo hivi hapa juu, pale afuatapo hatua hizo shuruti apokee pasipo kujali ni aina ipi kati ya yale makundi 3 makuu ya sala kitabuni. Hivyo tulitafuta vigezo sahihi, stahilifu, makini, na vikamilifu ambavyo kwavyo pale muumini yeyote avitiapo kazini katika utii wavyo (kwani ni vyake Mungu), basi iwe hakika shuruti huyo apokee hicho aombacho toka kwa Mungu YAHWEH.

Mpendwa wetu George Pearson alitutangulia katika hili, na kuwa sahihi pale alipo chukua mafundisho ya majenerali watangulizi wetu Kenneth E Hagin[9] na Kenneth Copeland[10] na kwao kuja na vigezo 10 stahilifu kwa kila muumini kupokea chechote aombacho toka kwa Mungu YAHWEH.

NA	VIGEZO 10 VYA SALA ILETAYO MAJIBU
1	Amua kwa umakini, na andika chini, nini hicho unacho hitaji toka kwa Mungu
2	Tafuta maandiko na oanisha ahadi hizo kushabihiana na unacho mwomba Mungu
3	Tafakari maandiko ya ahadi hizo hadi uyajue kwa ukariri
4	Pale utakapo sali, amini umepokea, nayo imani itatwaa ikichukua hicho ku-kumilikisha
5	Kwisha kusali, kataa kuruhusu hofu na mashaka kuingia fikrani mwako
6	Jione mwenyewe katika mawazo yako ukiwa umepokea hicho na tayari unacho
7	Kwisha kusali, sasa endelea kujidhatiti katika kumsifu na kumshukuru kama uliye pokea
8	Fanya kila sala tamko la kiimani
9	Tolea ushuhuda hili unalo amini katika hakika ya ukamilifu wake
10	Panda mbegu kwa wale wenye uhitaji kama wako, au vyevyote Roho anavyo kuongoza

Kanuni za Sala:

Pale tulipo hamia katika biblia kuchungua maandiko kuhusu yote yale yahusiyo sala, tuliona urudifu wa tena na tena wa kanuni takribani 12 kuwa msingi wa sala iletayo majibu. Kanuni zote hizi chimbuko lake ni maandiko matakatifu, na siyo fikra zetu au yeyote yule, bali zake yeye aliye agiza mtu na asali katika mahusiano naye.

KANUNI 12 ZA SALA MAKINI			
1	Sali kwa Roho	7	Sali kwa Ukombozi Wako na Wote
2	Sali Sirini	8	Sali kwa Tafakari
3	Sali na Amini Ujibiwe	9	Sali kwa Kubariki
4	Ukisali Samehehe	10	Sali kwa Ajili ya Watu Wengine
5	Sali kwa Tamko	11	Sali kwa Ajili ya Mwisho wa Dunia
6	Sali Maneno Machache na Usirudie-rudie	12	Sali na Kufunga

Sali kwa Roho:

I Wakorintho 14:15 ... *Sasa hili na liwaje? Mimi nitasali kwa roho {ni kinena kwa lugha ngeni}, na mimi nitasali kwa uelewa {nikitumia lugha ninayo ielewa} pia: Mimi nitaimba kwa roho {ni kinena kwa lugha ngeni}, na nitaimba kwa uelewa {nikitumia lugha ninayo ielewa} pia. ...* Hii ndiyo ngazi ya juu ya sala, kwani roho yako na Ruak hukutana pamoja katika sala. Katika hii wewe hupokea neno la hekima na maarifa kutoka kwake, ambalo jeshi la malaika wake hulitii na kulitia kazini kana kwamba kinywa chako ni kinywa cha Mungu.

Ni kwa ajili ya msaada huu iliandikwa hivi kwa Warumi 8:26 ... *Na kwa namna hiyo-hiyo Roho naye husaidia madhaifu yetu: kwani sisi hatujui nini hicho lazima tukiombe {tukisalie} kama vile inavyo tupasa sisi: Lakini Roho mwenyewe huzungumza akiomba [hicho] kwa ajili yetu katika kuguna-guna[11] kwingi ambako hakuwezi tamkwa. ...* Makali ya sala hii yatokana na ridhaa ya ukabidhifu wako kwake, hata nia kamilifu ya YAHWEH kutamkwa kinywani mwako. Hakuna njia iliyo rahisi ya wewe kukua katika imani zaidi ya kusali kwa Ruak HaKodeshi. Sala za desturi kwa kukariri matendo na kanuni za mwili, hupoteza makali yake kwa ukawaida pasipo umotomoto wa imani.

Kuji-kabidhisha kwako kwake Ruak HaKodeshi, ndiko kutakako pelekea utamshi wa maneno katika lugha ngeni kupitia mdomo wako. Ni vema kumkabidhi yeye ajuaye tutakayo na tuhitajio kwa ufasaha makini, hata astahili kufanya sala kwa niaba yako. Hivyo ni vema kunena kwa lugha katika sala, na vema zaidi pale uishiwapo wewe maneno ya kusali. Kumbuka imeandikwa; Mungu ni Roho, nasi tunao muabudu yatupasa kufanya hivyo katika roho na kweli. Tafakari

Sali Sirini:

Matityahu 6:6, na Zaburi 91:1 ... *Lakini pale wewe unapo sali, ingia katika mahali pako pa faragha[12] {chumba cha siri}, na pale wewe utakapo ufunga mlango wako, sali kwa Baba yako ambaye yuko sirini; na Baba yako ambaye huona sirini shuruti atakuzawadia wewe hadharani. ... Yule ambaye huishi katika mahali pa siri pa Elyon shuruti ajisitiri[13] chini ya kivuli {ulinzi} cha Shadai. ...*

Ni hivi hivi pia kwa maandiko ya Yirmeyah 23:24, Matityahu 9:20-22, 14:36, Malakhi 4:2, na hata Zaburi 61:4. YAHWEH Elohim aliwapa maelezo fasaha wana wa Yisrael jinsi ya kutengeneza 'shuka' lile la kusalia (tallit, tzitzit). Na katika upindo wa juu kuliandikwa jina la YAHWEH, ambako wana wa Yisrael walibusu kabla ya kujifunika gubigubi, ili kuingia ndani yake na kusali kwa Mungu wao awaonaye sirini mle. Upindo wa chini ulikuwa na mafundo 613 kuashiria utii wa toraha yote.

Kitabuni mwake humu Roho wa Mungu hukuchukua katika safari ya kiroho, na kukupeleka sirini mwa kweli ambako kujifunika huku huwakilisha. Huku huitwa sirini, sababu adui yako hawezi ingia humo kamwe. Na kuhusu hili la kuzawadiwa hadharani, ndiyo udhihirisho wa maombi yako. Udhihirisho ndiko kujibiwa, hata ulicho omba kitokeze kuwepo. Pia ni zawadi, sababu hukufikia kwa neema na siyo kwa utendaji wowote ule ulio wako wewe.

Chungua maandiko uone Adonai Yeshua katika uwepo wake hapa duniani, kila wakati alitafuta mahali pa faragha, na palipo tulia ili aweze kufanya sala. Tunaona akienda mlimani mbali na watu katika Matityahu 14:23. Tunaona akifanya hivyo-hivyo masaa machache kabla ya mauti ya msalaba kule Getsemane kwa Matityahu 26:36-44. Pamoja nayo ni: Marko 1:35, 6:46, Luka 5:16, 6:12, 9:28, Yokhana 4:21-24, na Matendo 10:9.

Sali na Amini Utajibiwa:

Matityahu 21:22, Marko 11:24 ... *Na vitu vyote, chechote kile na kwa kiasi chechote wewe utakacho omba katika sala, ukiaminii, shuruti wewe upokee. ... Hivyo basi hili Mimi nasema kwenu, kwa kadri {idadi} yeyote ile kwavyo vitu vyote chechote nyie mtakacho {muombacho), pale nyie msalipo, amini kwamba nyie mmepokea {tayari}, na nyie shuruti mtakuwa nacho [hicho]. ...*

Hii kanuni shuruti iwe rahisi kuliko zote, na bado ngumu kupindukia. Hapa unapewa ushahidi wa kiimani kuwa, pale usalipo, kama alivyo ahidi, hakika atakupatia hicho umwombacho. Hivyo basi, pale wewe usalipo, shuruti uachie imani pia kuamini umepokea, nawe utakuwa nacho hicho ulicho omba, saa hiyo-hiyo, na hapo-hapo. Hili hatusemi sisi bali maandiko haya, acha sasa na iwe kanuni unayoitii kuliko zote maishani mwako, kwani ndipo alipo sitiri hekima na maarifa ya mpataji.

Mpendwa shuruti sasa uwe umeshagundua kuwa, katika sala zetu zote ndani humu hufanya ombi la sala kwa kurejelea maneno ya maandiko, kisha kuachia imani kwalo hilo, na kufunga sala kwa kushukuru kama ambaye tayari ameshapokea. Pamoja nayo haya, pia ni yale yote mengine kama kumwomba Baba, kusali katika jina la Yeshua, nakadhalika. Siyo matamanio yetu, yeyote akariri hizi sala, bali afuate kanuni zake, na kusikiliza ndani yake kufuata maelekezo ya Ruak HaKodeshi.

Hiki kitabu chako kiko hai, nacho huongea na wewe wakati wote ukisomapo. Ni utashi wa Yeshua kwamba, kwa kila akupacho humu, akuonyeshe pia njia na jinsi ya kukimiliki na kukitumia katika maisha yako ya kila siku. Siyo tu hapa tunafunza sala, lakini kitabu chote na wakati wote kinaenenda katika sala. Tokea hali hizi pale ufikapo mwisho utakuwa siyo tu uliye kamilika (well equipped), bali pia uliye hitimu (graduated) katika kazi zake zote humu, tayari kufunza na kutenda kama gwiji kati ya wahudumu wake jasiri kusanyikoni. Amin

Hakuna mfano murua kwalo hili kama mahusiano ya mzazi na mtoto wake mdogo. Hivi ndivyo YAHWEH atakavyo kwako katika Marko 10:13-16. Kuelewa tusemacho hapa na hivyo asemacho Yeshua kwa Marko, tafadhali fuatilia maongezi haya hapa chini: -

Mtoto Sala: mama naomba viatu vya shule eeh ....

Mama: ikifika Sikumosi (jumapili) tutapitia dukani tukanunue

Mtoto Sala: (shuleni, kwa Sarah) basi mamangu kasema Sikumosi ataninulia viatu vipya vya shule. (Kwa Rahel) lah lah mama ana-ninulia viatu, viatu viatu, lah lah lah ... (akirudi nyumbani mchana kwa Tamara) ... mwenzio nna raha kama nini, mamangu kasema ikifika Sikumosi tunakwenda hao, dukani kununua viatu.

Mtoto Sala: (siku ya pili kwa baba yake) ... basi nikwambie baba, mama kasema ikifika Sikumosi sisi haooo, tuna-kwenda zetu kununua viatu vyangu vya shule.

Baba Sala: (kwa mama Sala baadaye) umemuahidi Sala kumnunulia viatu?

Mama Sala: (kwa baba Sala) mwenzangu, hata hatupumui, kila akikutana na mimi ana-nirukiarukia kwa furaha, hee, hata sina jinsi, lazima nimnunulie tu.

Mpendwa hali hii huendelea hivi kwa wiki zima pasipo kupungua furaha na shangwe, bali kuongezeka kadri siku ziendavyo mbele. Kwa mtoto huyu hakuna shaka wala hofu kwamba, mama yake atabadili kauli yake, au alicho ahidi hawezi timiza. Tazama kusheherekea huku kwa mtoto Sala, ni kana kwamba viatu vizuri amesha-nunuliwa na vimo ndani. Lakini mtoto huyu alicho nacho ni ahadi tu. Lakini tangu azaliwe anajua kwamba, mara baba au mama wakisema kitu, basi hicho hutokea. Na kila kitu alicho nacho, ni matokeo ya maneno yao hayo kama hili la viatu nalo lilivyo.

Hii ndiyo imani ya mtoto ambayo Baba Mungu anataka wewe mtoto wake uwe nayo toka ahadi zake maandikoni. Kama ni hivi kwetu sisi mti mkavu, je itakuwaje kwake aliye mti mbichi? Katika sala kila kitu, humaanisha kila kitu! Chechote utakacho omba, inamaanisha chechote utakacho omba! Shuruti upokee, ina maanisha shuruti upokee! Asiwepo mtu yeyote kuchezesha maneno haya kumaanisha kwamba, siyo kila kitu na wala siyo chechote, bali ni hivi na vile. Mzuieni huyo na akome kabisa, tena alegee na kunyong'onyea akishindwa katika jina la Yeshua Kristo! Amin! Amin! Amin!

Dini na madhehebu ya watu yamefanya neno la Mungu lisiwe na nguvu. Katika hili hautakiwa mzaha, kejeli, na utani, upotezao wachanga wa imani. Wewe kanisa uzungumzae Kiswahili, umeshataabika vya kutosha na desturi hizi zisizo leta matokeo[14], na sasa ni wakati wa mahusiano kamilifu. Alicho sema Mungu amesema, na hata sasa hivi unayo haki ya kuomba katika sala chechote, na kila kitu atakupa!

Kama wewe mpendwa ni mhafidhina[15] wa imani, basi tujaribu sisi. Jichungue mahitaji yako ya kweli na dhati maishani. Kisha tengeneza orodha ya yote hayo bila kujali idadi yao, na sasa fuata haya yote, aliyo kuelekeza yeye humu, kuona jinsi atakavyo timiliza yote mbele yako. Tena tunarudia, tujaribu sisi na uone!

Liko hili moja ambalo hata sisi hututisha, lakini mwenzetu kazini humu alisha-ulizwa naye: vipi wataka eneo zuri mjini wakati makaburi yamelichukua na wewe wawaza waamsha, ili ujenge hapo. Hivi unafikiri kuna mamlaka ya mji itakuzuia hapo mara ukisha waarifu nia yako. Sahau sheria ya kuhamisha makaburi, vipi hiyo itumike pale kaburi halina mfu?

'Haya njooni sasa na kusanyikeni mbele yangu tubishane kuhusu mambo haya. Na mtu alete hoja juu ya dhana, na ajadili fikra za kiroho pamoja nami. Njooni tutazame, tuchambue na kuchungulia yale ya kale kwa mwono wa leo, tuongee kwa kina ili tujue, kisha tutambue na kubadilika. Nani kasema nini, wapi na lini. Ipi tafakari yake, na iwapi kweli yake.'

Haya shime wapinzani jikusanyeni pamoja katika usomi wa kitabu chake hiki, ili afunge kidomodomo milele. Anataka umbishie, ndipo akuonyeshe (akuonyeshe hii, siyo ile ya ufungue biblia, bali ni ile ya cha moto utakiona, siyo mapigo ya kimwili, bali azishinde hoja zote, na kugaragarisha chini ya kweli yake kama hohehahe wa fikra, mbele za nguvu na uwezo wake mkuu wa kulumbana).

Sisi tulipokea neno lake hilo tulipo maliza sala. Alikuwa anarudia tofauti kidogo na sala ya maongozi ya Ruak ilivyo kuwa. Alionyesha tunajivuta sana kutoka na kuandika hili pale lilipo andikwa, na kwamba liwe la kwanza. Bado kwa jinsi ya utu tulijua tutafanya hivyo, lakini kitambo kidogo alirudia nia ya hili kuandikwa, na kwamba liwe fupi, lakini jinsi atakavyo toa na siyo kwa ukariri wa lile la kwanza. Njia hii iko wakati hutumika katika uandishi humu pasipo baragumu.

Ukisali Samehe:

Marko 11:25 ... *Na pale nyie msimamapo kusali, msamahe {walio wakosea}, kama unacho*[16] *chechote dhidi ya yeyote: ili Baba*[17] *yako pia ambaye yuko Mbinguni aweze ku-kusamehe wewe kushindwa {makosa, dhambi, kuanguka} kwako.* ...

Kanuni hii ya sala na toba ni katika kuhakikisha uko katika utakatifu wako wakati wote mbele zake usalipo. Wewe sasa wajua vema kuhusu usafi, utakaso, uhesabio wa haki, na uana wa Mungu. Hiki ndicho andiko hili linataka hali yako wewe kuwa mbele zake, ili sala yako ipokelewe, na jibu kutolewa papo kwa papo.

Ilijulikana kwa watu wa kale kwamba, pale uendapo mbele ya kiti cha hukumu kudai haki, shuruti mikono yako iwe misafi pia. Je sasa siyo sahihi kusema pia kwamba; unapo kwenda mbele ya haki kwa msingi wa neema, shuruti uwe na mikono misafi kwa kadri ya kanuni za neema hiyo-hiyo, ambayo kwayo wasafiria hata kufika hapo mbele ya Haki. Je wakumbuka pale tulipo sema sirini humu adui hawezi ingia, ni kwa sababu ya kofuli hili. Selah[18]

Sali kwa Tamko:

Mithali 20:6, Wafilipi 4:19 ... *Watu walio wengi hutamka kila mmoja uzuri {mwenye huruma, upendo, mnyenyekevu, mwema} wake mwenyewe: lakini mtu muaminiiifu {aliye jaa imani} nani anaweza mpata? ... Lakini Mungu wangu shuruti atakutimizia mahitaji yako yote kwa kadri ya utajiri {mali, fedha, umiliki, wingi mkuu} wake katika utukufu[19] kupitia Kristo Yeshua. ...*

Pale watangulizi majenerali wetu wale wawili walipo sema ifanye kila sala yako tamko la imani (statement of faith), wali-maanisha kuchukua lile andiko ahadi, na katika sala kulitamka juu yako. Kwa kufanya hivi wao hulenga utendaji wa malaika katika kila neno la YAHWEH (Waamuzi 13:9, Zaburi 103:20). Kwa jinsi hii imani na malaika katika maongozi ya Ruak, hupelekea utimizaji wa kasi kupindukia.

Pamoja nalo hili, tazama pia tangazo la imani (declaration of faith), au tamko la imani (claiming by faith) ambalo ni pale wewe utamkapo mambo ambayo hata bado kuwepo, lakini katika jina la Yeshua kwa hakika kwamba shuruti lazima yafike (yatokee na kuwepo kimwili). Wakati unabii hutoka juu kuja chini, sala ya tamko la imani hutoka kwako mtu muumini chini kwenda kwa Mungu YAHWEH juu (pia ndani mwako alipo), huku ukitaja yajayo kwa kadri vile wewe mungu wa Dunia utakavyo iwe.

Kwa kufanya hivi wewe mtoto wake huwa siyo tu una-amuru kazi za mikono ya Mungu kwa kibali chake cha Yeshayah 45:11, bali pia huachia duniani lile ambalo limesha achiwa Mbinguni (Matityahu 16:19). Na kwa kila muumini, shuruti tamko hilo lianze kwa jina la Adonai Yeshua Kristo, sababu nguvu ya utimilifu duniani ipo katika jina hilo. Na ipo ahadi kwamba, katika jina hilo shuruti yote yakamilike. Amin!

Sali Maneno Machache na Usirudie-rudie:

Matityahu 6:7-8 ... *Sasa pale nyie msalipo, kurudia-rudia[20] kusiko sababu msifanye, msirudie-rudie kusiko sababu kama Mataifa {wasio amini}: Kwani wao hufikiri kwamba shuruti wata-sikika kwa kuongea kwao kwingi. Hivyo basi nyie msiwe kama wao: kwani Baba[21] yenu anajua vitu {mambo} gani nyie mnahitaji, kabla [hata] nyie hamja-muomba yeye. ...*

Neno 'battalogeo' la Kigiriki ndilo ambalo sisi tumetafsiri kama kurudia-rudia kusikofaa (vain repetitions). Neno hili lafikirika hutokana na jina la mshairi wa kale wa Kigiriki, ambaye katika kazi zake alifanya mashairi marefu sana, yenye kujirudia-rudia, na kufanya hivyo mara nyingi sana kwenye fikra hiyo-hiyo moja tena na tena na tena. Kwa ajili hiyo neno hilo humaanisha kurudia jambo hilo moja mara kwa mara, na kusema hilo-hilo kwa maneno tofauti tena na tena. Hakika kufanya hivi mbele ya aliye kupa akili na lugha utumiayo, ni aidha kukosa nidhamu, au kutafuta uchokozi.

Kitendo hiki cha kurudia-rudia siyo tu kinakera, bali pia hudhihirisha uchache wa imani ya anaye sali kama Mungu anaye mwomba yuko, au hata anao uwezo wa aidha kusikia au kuelewa. Hiki ndicho kwanza Yeshua anacho taka ujitenge nacho, kwamba usizunguke, bali sema unacho kitaka moja kwa moja na tena awali ya maelezo yoyote. Mungu anajua utakacho, na uhitajicho, hata kabla hauja-fungua mdomo wako. Shuruti usali; sababu nia yake haitekelezi dhamira ya moyoni, bali sala ya imani.

Hivi unakumbuka kwa I Wafalme 18:26 pale ilipo rekodiwa kuwa: makuhani wa baali walimwita mungu-sanamu wao huyo toka asubuhi mpaka mchana na hata Eliyah kuwatania labda katoka kidogo. Tazama Mhubiri 5:2 ... *Usitahamaki[22] hata ukaharakisha kwa mdomo wako, na wala usiruhusu moyo {akili} wako kwa papara[23] kuachia {kuleta} jambo mbele za Elohim: Kwani Elohim [yuko] Mbinguni, na wewe*

duniani {juu ya nchi}: hivyo basi acha maneno yako na yawe machache.
...

Katika hali ya utu tulimwona awali hata Yeshua akisali mara 3 sala hiyo-hiyo ya kumsihi Baba Mungu kufikiria tena kuhusu mpango wa ukombozi; kama ni lazima yeye apitiaye njia ya aibu, mateso na msalaba. Tunaona pia Eliyah akimtuma Elishah takribani mara 7 kuangalia kama mawingu yanaanza kutokeza kwa sala zake, kwamba ukame ukome na mvua inyeshe (I Wafalme 18:43-46).

Tumia angalau siku 3 za tafakari ukisha kuorodhesha mahitaji yako ya dhati maishani, kabla ya kwenda nayo kwa sala mbele za Mungu YAHWEH. Usikurupuke katika hili, bali jaa hekima na maarifa katika maongozi ya Roho wake. Utafanya sala hii mahali pa siri katika siku rasmi uliyo ipanga au ongozwa. Utaifanya sala hii mara moja tu ukiachia imani na kuaminii umepokea hapo-hapo usalipo. Tena usiondoke hapo, bali kaa kimya ukisubiri maelekezo toka kwake na siyo kwako tena. Je yeye aliye kupa lugha hawezi ongea? Je wewe wajisikiaje kama ukiwa na mtoto halafu akija kwako kusema baba au mama naomba hiki na hiki na kile na akisha kumaliza aondoke aidha pasipo kukutizama, wala kuonyesha ishara ya kwamba wewe upo hapo, au unasikia na kuelewa asemacho?

Na tokea hapo itakuwa kumsifu na kumshukuru kana kwamba umeshapokea mpaka siku ya udhihirisho wake au wavyo. Mara tu upokeapo, utaendelea nacho hicho kwa kadri ile uliyo ombea, kama vile mtu avaavyo viatu vyake vya kawaida kwenda shughulini mwake. Ni hivi sababu ulisha-pokea na kuvivaa mara nyingi sana ndani ya tafakari (imaginations) zako. Siyo katika kila wakati, lakini mmoja wetu anayo maelekezo mara moja tu katika sala zake, kwamba pale udhihiriko ufikapo, atekeleze hicho kwanza alicho kiomba.

Sali kwa Ukombozi Wako na Wote:

Yokhana 17:9 ... *Mimi nasali kwa ajili yao: Mimi sisali kwa ajili ya ulimwengu, ila kwa ajili yao wale wewe ulio nipa Mimi; kwani hao ni wako. ...*

Katika kauli hiyo ya Adonai Yeshua liko jambo moja kuu sana lilojificha. Tunaona Adonai akibainisha bayana kwamba, wale anao sali kwa ajili yao, ni wale tu walio wana wa ufalme wa Mungu, na siyo vinginevyo. Tunajua hawa ni wapi, sababu kwa andiko la Yokhana 8:44; Adonai ana tofautisha watoto wa adui ibilisi, na watoto wa Mungu YAHWEH.

Sisi ni makini sana katika kuitafuta nia ya Mungu YAHWEH katika kila kitu na jambo. Katika hili tulichungua na kuona, wako wale ambao majina yao yamesha andikwa katika kitabu cha uzima cha Mwandonkondoo. Hawa ndiyo nia ya YAHWEH Mungu wetu wawe wake, hivyo ni kwao hawa pekee, sisi husali kati yetu tuzungmzao Kiswahili. Maombi yetu kama yalivyo jaa ndani humu, ni kwamba wausikie wito wa injili hii, na kufanya Sala ya Ukombozi popote pale wao walipo, ili wampokee Yeshua Kristo kuwa Adonai na Mkombozi wao. Amin

Sali kwa Tafakari:

Zaburi 19:14 ... *Acha matamshi ya kinywa changu, na tafakari ya moyoni mwangu {akilini mwangu}, zikubalike mbele zako {katika uwepo wako}. Oh YAHWEH, Mwamba wangu, na Mlipizi[24] wangu!* ...

Hili na liwe jambo la kwanza kwa kila likufikalo maishani pasipo wewe kutarajia. Nataka usishtuke, au kuingiwa hofu mpendwa, bali jikunyate katika mbawa za Aba, na tazama uone mkono wa Mungu ulio-nyooka utendavyo. Nasema hivi pale uovu ukufikapo. Niliahidi kwamba, uovu hauta-kuangusha, lakini siyo kwamba hautakufika.

Nilisema ujapopita katika bonde la uvuli wa mauti hautaogopa mabaya, sababu mimi niko pamoja nawe. Giza na nuru kwangu ni sawa. Hakuna kubwa au dogo ambalo siliwezi.

Katika siku za raha yako tafakari na kushukuru kwa sifa na utukufu kwamba, kila jambo jema latoka kwangu, na ovu ni lake adui sababu uko katika Dunia hii ya dhambi. Ni hivi wewe utafanya katika tafakari ya sala yako: pale ikupasapo kusali, au pale ikubidipo kusali, aidha kwa uhitaji wa haraka au kawaida, lakini shuruti usali kwa kila jambo na kitu maishani. Nataka nikuone mbele yangu, aidha kwa kujivuna au kunyenyekea, fanya ufanyalo lakini kila jambo lako litajwe kwangu. Litajwe sababu najua kabla haujaniambia.

Kwanza kwa tafakari; sema kwa sentensi moja rohoni ni nini hicho utakacho kuja kwangu kusali, ni kwa sababu gani, na andiko lipi lafaa kwa sala hiyo. Mpaka hapa wewe hautaweza kwa jinsi yako na ulivyo sasa, ni kwa sababu hii Ruak HaKodeshi alipewa kwako. Hivyo msalimu yeye, nenda kwake kwanza, na muulize akupe majibu kuhusu hayo matatu juu. Ukishapata majibu hayo uko tayari sasa kuja kwangu kwa sala kupitia uosho wa damu ya Yeshua ikufunikayo katika kila toba. Ni kwa jina lake huyu wewe huja patakatifu pa patakatifu nilipo. Hapa ndipo kwenye kiti cha enzi, kiti cha neema, itolewapo huruma na baraka uhitajiyo kuishinda Dunia.

Bado hata sasa haya yote ni kwa faida ya walio kombolewa na kuzaliwa mara ya pili tu. Wanao amini Mimi Nipo, na kwamba ana mpenda Yeshua Mwana wangu, kwani kwa hili la pili injili yakiri shuruti Mimi nije ndani yako.

Ndiyo, naongea na wewe, ndiyo, wamegeuka kile walicho sema; chombo cha uvuko wangu kufika kwako. Bado hata wao wachanga, bado wanaogopa kuandika yale ambayo ningeweza sema kwako. Ujio wangu kwako ni kwa kadri ya uwezo wa chombo nisafiricho. Hata wewe mpendwa, tena kila mtu, hata wale wasio ongea lugha yangu ya Kiswahili wanaweza kunipokea hivi. Kwa jinsi hii nitasema na mboni ya jicho langu Yisrael.

Sasa tafakari katika jina la Yeshua andiko hilo. Oanisha hilo na hicho uhitajicho. Endelea kufanya hivi mpaka hayo mawili yawe moja, na uwako wa uwepo wangu pamoja nawe ufike. Hivi nilimwambia Yehoshua (Joshua) katika wingi wa shaka lake kwamba, vipi yeye kichuguu ataweza ya mlima Kilimanjaro, vipi atavaa kiatu cha Mosheh mtumishi wangu.

Kwamba, kwako wewe hii amri ya upendo kwanza kwangu, na pili kwa jirani zako wote (watu wa uwepo wako), haya mawili nataka wewe utafakari awali ya sala yeyote kila siku, mchana na usiku kabla ya kuja kwangu. Njia yako ya maisha iwe tafakari ya pendo langu kwako, kisha njia yako ya upendo hapa duniani. Vuka kila jaribu kwa kutafakari haya. Pigana vita vyako kwa upendo, nenda uendako kwa tafakari na hivyo utekelezaji wa upendo. Sali na waombee wote wakuchukiao kwa upendo, je haikuandikwa mfalme wa Yisrael alitoka kukutana uso kwa uso na adui zake kwa kwaya ya Walawi? Siyo hawa walio piga tarumbeta za uangusho wa ukuta wa Yeriko?

Je unafikiri tafakari ya upendo wangu kwako haitaleta sifa kwangu, na kwazo hizo wewe wa Yehudah kwa baraka za unabii wa Yahkob (Yisrael), mkono wangu uta-uweka kooni pa adui zako? Imeandikwa niamuru sasa, imeandikwa nikumbushe upendacho. Hiki ndicho kwa Yehoshua 1:8 nilimwamuru Yehoshua kuweka toraha (maelekezo) yangu kinywani mwake. Hivyo ni tafakari ifanyayo maelekezo ya mashauri yangu kwa maneno yangu yaliyo injili yako hai. Je hiki sicho kigezo cha neno langu hilo kiletacho utajiri? Na mafanikio mema?

Tafakari ya neno langu ulilo chagua ni juu ya sala ya kinywa chako, ndicho kinigusacho hata kufurahi kusogezwa mkono wangu wa kuume juu yako. Mimi ndiyo ulinzi wako, mimi ndiyo zawadi yako, mimi ndiyo nguvu ya ujana wako dhidi ya wale waombao kifo chako. Je nilicho bariki Mimi chaweza laaniwa? Hapana, haiwezekani, ndiyo sababu nilikuamuru bariki Yisrael, na sali kwa ajili ya Yerushalem, ili uwe mshiriki wao hao walio barikiwa katika baraka zao.

Sikiliza sana maneno ya vyombo vyangu hawa, hawa ni wapenzi wangu, wanajua wanacho sema, na Mimi ni YAHWEH wao. Mimi ndiyo Elohim wao, Mimi ndiyo sifa pekee wahitajiyo. Hawa wame-barikiwa, na baraka za Abraham ni zao. Wabariki na uone mkono wangu utakacho fanya kwa hao adui zako. Nikumbushe ahadi yangu hii. Nijaribu kwa hili nakuita wewe usiye amini na uamini. Wewe uaminiiye nahitaji unipe hao watesi wako, nami nitawafanya kanyagio la miguu ya mwili wa Yeshua, yaani wewe kanisa lake, wewe mtakatifu wangu. Hivi Mimi nime-tanabahi[25].

Na kila asomaye haya na aseme: **naipokea kweli yako oh Mungu wangu: sifa, ukuu, na heshima ni zako Mungu YAHWEH. Tokea sasa na hata milele yote**. Amin!

Sali kwa Kubariki:

I Kronikozi 30:27 ... *Ndipo makuhani na Walawi wali-inuka na kuwabariki watu {am – Yisrael}: na sauti yao ilisikika, na sala yao ilienda [juu] mpaka kwenye makazi yake matakatifu, [tena] mpaka Mbinguni. ...*

Tunacho onyeshwa hapa kwa andiko takatifu ni kweli ile ya kale iliyo potea leo kwamba, haipo tofauti kati ya kusali na kubariki, sababu haiko laana katika sala bali heri pekee. Pale unapo ingia sirini mwako kusali, mpendwa bariki familia yako, jibariki mwenyewe, bariki kanisa lake, na wabariki wote wazungumzao Kiswahili waweze pokea ukombozi kwa neema ya bure, Adonai Yeshua aliyo-tupa.

Baraka ndicho Adam alicho sikia mara alipo fungua macho kwa mara ya kwanza duniani. Hiki ndicho Noakh alicho ambiwa tena kuanza vizazi vipya duniani. Kwa kuwa sala hufanyika sirini, na tena mara ufikapo mbele zake, basi ni hakika yetu baraka zako huwa za kiroho, kwa utimilifu wa nabii zote duniani, pamoja na matamanio ya haki nafsini mwako.

Matityahu 19:13, Marko 10:16 ...*Halafu mahali hapo waliletwa kwake watoto wadogo, kwamba yeye aweke mikono [yake] juu yao, na kuwasalia: lakini wafuasi wake waliwakemea hao. ... Na yeye ali-wabeba hao juu mikononi mwake {aki-wakumbatia}, aliweka mikono [yake] juu yao, na aliwabariki wao. ...*

Je mpendwa umeshaweka mikono juu ya kichwa kimoja-kimoja cha wana familia yako na kuwabariki? Unakumbuka alichofanya Abraham ulipo fika wakati wake? Au Yitzhakh alipo fikiri wakati wake umefika? Au Yahkob kule Misri? Baraka za mzazi ndiyo kimsingi unabii wako juu ya maisha ya vizazi vyao vilivyo vyako vijavyo. Hivyo fanya hili katika maongozi ya Ruak HaKodeshi pekee.

Sali kwa Ajili ya Watu Wengine:

Matityahu 5:44 ... *Lakini Mimi nasema kwako, Wapende adui zako {wanao kuchukia}, wabariki {tamka baraka kwao} wale wanao kulaani wewe {ushindwe, ufe, uteketee}, tenda mema kwao wale wanao kuchukia, na sali kwa ajili yao wale wanao kutuhumu uongo, na ku-kutaabisha {ku-kutesa, ku-kuonea} wewe; ...*

Adui zako, wanao kulaani, wanao kuchukia, wanao kutumia, na kukutesa huweza kuwa walio amini wenzi wako, au wasio amini wana wa adui katika masukumo ya ibilisi satani. Hapa tunaona sala ikiruhusiwa kwa wana wa adui kama ilivyo kwa wenzi wako wana wa haki. Je ni kipi hicho wa nyumba ya YAHWEH waweza kusali kwa wale wa nyumba ya adui?

Hapa ndipo ilipo sala ya toba kuchunga utakatifu wako kwa kuwasamehe hao walio kukosea kwa matendo hayo yote yaliyo orodheshwa hapo. Huku ndiko kuenenda kwa upendo aliko tuagiza Adonai Yeshua, na sisi tulisema kwa kufanya hivyo wewe hujenga daraja kwa malaika wa Mungu kuvuka mpaka upande wa pili waliko adui zako. Kwa kawaida haupo muunganiko nao, lakini kwa jinsi hii huwezekana hata hao adui zako wakione cha mtema kuni.

Sala Adonai Yeshua aliyosali kwa ajili ya aliopewa, pia ilihusu wasio kombolewa, sababu hata leo wako wana wa adui ambao atawakomboa. Hivyo Sala ya Ukombozi kama ilivyo ada humu, ni sahihi kusaliwa kwa ajili ya ukombozi wa wote wazungumzao Kiswahili. Kinyume na njia hizi mbili, ni kujiunganisha kusiko stahilifu anako kataza mtume Paulos.

Pamoja na andiko hili katika juhudi zetu kutafuta andiko la kusali kwa ajili ya watu wote, ni andiko la Waefeso 6:18. Andiko hili hutaka sisi na wewe kusali wakati wote, kwa kutumia aina zote za sala ufunzwazo hapa, na kuendelea kusisitiza katika sala hizo ukisali kwa Roho mpaka upokee majibu, na kama askari kuendelea kulinda utekelezaji wa majibu hayo kwa uvumilivu na usisitizo katika kushukuru. Kama ilivyo kuwa sala kwa ajili ya ukombozi wako na wengine, hata hapa tunaona hao unao waombea ni watakatifu (saints) wenzi wako.

Sali kwa Ajili ya Mwisho wa Dunia:

I Petros 4:7 ... *Lakini mwisho wa kila kitu uko mkononi {umekaribia}: nyie nambaki katika akili timamu hivyo basi pasipo kulewa {mlio makini na waangalifu}, na chungeni*[26] *katika sala. ...*

Wazo la andiko hili ni picha ya askari aliye juu ya ukuta wa ulinzi akishika zamu lindoni mwake. Kwamba, ni vema uwe macho, na kukagua kila kisogeacho nje ya ukuta wa mji kuhakikisha hakuna adui ausogeleaye pasipo kujulikana, na king'ora cha tahadhari kupigwa, ili askari wote kurudi lindoni. Ulinzi wako muumini ni kwa sala, na kwa hili ndiyo sote hushika zamu.

Adonai Yeshua alitufunza kwa Marko 13:28-33 kuungalia mtini na majira ya Yisrael, kwani mstari wa wakati ulio na mwanzo na mwisho huutegemea huo. Majira ya ujio wake toka huo shuruti yajulikane kwa walio wake, lakini ni saa na siku iliyo fichwa kwetu sote. Hivyo usubirifu wetu kwa sala shuruti uwe makini, kwani ujio wake ni kama ule wa mwizi. Uchukuo ni zawadi ya Kanisa, sababu YAHWEH hata-waadhibu wenye haki pamoja na wadhalimu. Njoo Adonai, rudi kutuchukua Adonai - maranatha!

Sala na Kufunga:

Matityahu 17:21 ... *Lakini aina hii {ya ibilisi - pepo mchafu} hawamtoki nje isipo kuwa kwa sala na kufunga.* ...

Katika siku ya andiko hili, Kanisa lilikuwa bado ndani ya ujauzito wa agano jipya la mwisho, na toraha ilikuwa yatawala. Injili ndiyo kwanza ilikuwa inataja ahadi zake kwa usimiko wa agano jipya lililo injili ya neema. Ni katika Luka 2:37 injili ikaita pasipo soni wala aibu kitendo cha mjane kufunga ni 'kumtumikia Mungu.' Je huu siyo ujumbe kwako mpendwa kuwa, kufunga na kusali hakujesha? Na kwamba ni sehemu kamilifu ya huduma?

Je mpendwa bado wakumbuka fundisho lile la Marko 9:29, au tuseme Matityahu 17:14-21? Humo tunamwona mtu akija kwa Adonai Yeshua na kupiga magoti mbele yake katika halaiki ya watu walio pale. Anaendelea kusema mbele ya Yeshua: 'Adonai, ona huruma kwa kijana wangu: kwani ana wazimu, na yuko katika maumivu makali; kwani kila wakati hujitupa katika moto, na katika maji. Na nilimleta yeye kwa wafuasi wako, na hawakuweza kumponya.'

Kama maandiko yatwambiavyo, Adonai Yeshua alijibu kwa kusema: 'Oh kizazi kisicho imani na kaidi, ni kwa kipindi gani nitakuwa pamoja nanyi? Ni kwa kipindi gani nitawavumilia ninyi? Mleteni hapa kwangu.' Katika mstari wa 18 tunaona Yeshua akimkemea pepo yule na papo hapo kumtoka kijana na kupona tangu saa lile.

Mara baada ya kuondoka katika kusanyiko lile la watu, wafuasi wake walimwendea Yeshua na kumwuliza: 'kwa nini sisi hatukuweza kumtoa pepo? Yeshua ana wajibu katika mstari wa 20-21 kuwa: 'sababu ya kutoamini kwenu: kwani kwa hakika nasema kwenu, kama mngalikuwa na imani kama mbegu ya haradili, shuruti usemapo kwa mlima huu, toka hapa na nenda pale; na ungeondoka; na shuruti lolote lile lisisishindikane kwako. Hata hivyo, aina hii hawamtoki bali kwa sala na kufunga.'

Adonai Yeshua hakukomesha huduma ya kufunga, na yeye kuendelea kufanya kwa siri pasipo mtu kujua. Lengo la kufunga ni ku-uadibisha mwili chini ya roho, na kuitiisha nafsi katika mamlaka ya yale ya kiroho yaliyo makuu kuliko haya yaonekanayo ya kimwili. Kwa jinsi hii, jambo hili ni binafsi kwa kila mtu pasipo kutafuta thawabu au fahari ya utukufu mbele za wakuonao.

... Na zaidi-zaidi pale nyie mfungapo {kushinda pasipo kula}, msiwe kama wanafiki, wenye muonekano wa majonzi: kwani wao huzikunja nyuso zao, ili waweza onekana mbele za watu wamefunga {kushinda pasipo kula}. Kwa hakika Mimi nakwambia wewe, Wao wamesha pokea thawabu[27] zao. Lakini pale wewe ufungapo {kushinda pasipo kula}, paka[28] kichwani mwako mafuta {yenye uturi[29]}), na nawa {osha, safisha} uso wako; Kwamba wewe usionekane mbele za watu umefunga {kushinda pasipo kula}, ila kwa Baba yako ambaye yuko sirini: na Baba yako, ambaye huona sirini, atakuzawadia wewe hadharani. ... [Matityahu 6:16-18].

Desturi za Kusali:

H ivyo basi sasa, kaka zangu, simameni imara, na mzishike halakha *{desturi}* ambazo nyie mlifunzwa, aidha kwa maneno, au kwa waraka *{barua}* wetu. ... [II Wathesalonike 2:15].

Katika hili sisi tunakuja kwako na silaha, tunakuja kwako na mabomu ya kurusha kwa mkono (grenade), tena tunakuja na farasi wa vita, safari hii tumevaa deraya za chuma, ili kale akutane na leo. Hivi ni nini kimetokea kwako Kanisa hata ukasahau asili yako? Nani amekulaghai hata ukaacha kuabudu katika desturi watangulizi wako walizo kurithisha? Vipi ukaacha kuabudu kwa mwili wako kuonyeshako uadilifu, unyenyekevu, utii, na zaidi zaidi kumtetemekea kusiko mwisho YAHWEH Mungu wako?

Nini haswa kimetokea hadi ukaacha yaliyo mema, na kufuata haya yasiyo stahili? Kwa nini umeutenga ushiriki wa mwili kwa starehe ya ubweteko sinagogini? Hivi hata mpaka sasa bado wewe kugundua adui kakuibia, na amekwenda kuwashinikiza mateka kutenda kwake haya yampasayo YAHWEH pekee?

Tazama, sisi tumeita matendo haya ya kimwili salani desturi, kwani ndiyo mapokezi mema ya mila za kuabudu katika ukamilifu wa sala kwa jinsi ya kuutiisha mwili pia. Ujumlisho wa hizi mila na desturi zetu kwa sala, ndiyo utamaduni wetu sinagogini hudhihirika. Hivi ni kweli eti farisayo mtume Paulos akirudi leo ataingia kwenye kusanyiko la wasio wa YAHWEH, na kujisikia yumo sinagogini? Kwa nini Kanisa umejitwalia ya wapagani, na wapagani yako? Kama yalivyo mavazi, kuongea, na matendo ya miili yetu; hivyo ndivyo hata utamaduni wa Kanisa (kama nguo ya rangi), ulivyo lowekwa pamoja na walimwengu.

Katika haya hata sisi tuliona sababu ya msuto kwetu pia: kwani ni sisi tulio kuwa vinara wa kupeperusha bendera mbele huko, na tena juu kabisa kuhusu hili tukiimba; bendera chuma na mlingoti chuma, kuwa ya kiroho huenda kwa kiroho. Ndiyo, ni sisi sasa tunao jikunyata hapa tukijiburugusha kuwa, matendo hayo ya kimwili ni desturi muafaka kundini. Pia ndiyo sisi tutakao sema katika somo linalo fuatia; katika sala ya kiroho, mwili huu ni kazi bure. Tena tutaongeza kusema; cha maana ni safari ya kiroho sirini pasipo kujali mkao wa mwili nje.

Katika haya yote wewe waweza kutuhukumu sisi hatia, lakini mbele yake yeye ni stahilifu. Hata sasa twasimama kwayo kwamba ni sahihi. Je siyo sisi tuliosema kwa sala na kufunga mwili uadibishwa, yaani kuwa sadaka timilifu iliyo pondwa-pondwa mbele za YAHWEH?' Hii ndiyo kanuni ya zizi kazini, dhidi ya ukuta wa ugawanyo.

Hapa ndipo shughuli ya Warumi 3:27-28 na Yahkob 2:18-20 irudishapo wanazuoni darasani. Kwamba, wewe ukisha amini, basi lile la kiroho likisha kubalika na nafsi (akili, nia, hisia), shuruti mwili nao uburuzwe katika uadilifu wa matendo ya upendo yadhihirishayo imani hiyo. Kauli hii yasimama kati ya uzi mwembamba wa maandiko hayo mawili juu. Matendo hayo ni ya kumnyenyekea/ kumtetemekea (reverence) na siyo kumhofia (fear), kwani hofu ni kinyume chake imani. Hofu inamtesa (torment) mtu, wakati imani katika tumaini lake, hukuingiza pumzikoni (rest) mwake. Katika haya ndimo hupatikana chimbuko la matendo ibadani.

Kumbuka wewe mpendwa ni roho, unayo nafsi na unaishi katika mwili, na nyie watatu ndiyo wewe huyo mmoja. Hivyo chini ya utawala wa roho yako; ndiyo huelezea mkao au mvao, au utendavyo kwa mikono au kinywa, na siyo hilo tendo kwa binafsi yake. Mungu huangalia roho yako mpendwa kuiona dhamira na asili ya chimbuko la hayo matendo yako. Ni kwa jinsi hii ndiyo haya uhesabiwa ibada (rituals) kwako. Hivyo hata hapa ni yale tu ya rohoni ndiyo yajitokezayo mwilini mwako, na siyo vinginevyo.

Upo wakati matendo haya huja pasipo ufahamu wako, bali watenda kama njia yako furahani katika kumwabudu (kusali, kushukuru, na kumsifu) YAHWEH Mungu wako. Lile la kuigiza lina nafasi yake, pale uanzapo waweza fanya hivyo kufuatilia watangulizi wako, wale wema walio kuonyesha njia ya mahusiano. Wageze hao walio wazoefu na wajuzi, mpaka nawe uzoee kufanya tendo kwa kweli ya nafsi yako pasipo unafiki. Sisi tunajua kwa hakika kwamba, wengine huanzia humu kwenda kule kwa rohoni, na pia wako watokao kwa rohoni kuja huku kwa mwili kutenda haya ya desturi kwa nguvu kuu. Je yuko awezaye hukumu atendavyo Ruak HaKodeshi? Hapana, hayupo!

Kwa nini basi tumeita desturi kana kwamba siyo jambo la kiroho? Neno hili ni sawa na neno 'rituals' la Kiingereza. Ambalo kote kuwili yaani kwa Kiingereza na Kiswahili humaanisha mila au matendo ambayo hufanyika kwa marudio kila siku hadi kuzoeleka kuwa kawaida; yaani desturi. Kwa jinsi hii huweza kutendwa kwa mazoea pasipo fikra, kwani limeshakuwa ada. Na hapo ndipo neno desturi huchukua sura na umbile la mambo ya kimwili na siyo ya kiroho.

Katika somo la 7.6 Kuongea na YAHWEH; iko mada ndogo ijulikanayo kama Safari ya Sirini. Ni katika mada hiyo, ndiko ujadilifu wa kina kuhusu mambo haya ya kidesturi ujadiliwa kwa kina kama tulivyo anza hata kugusia hapo juu. Ni ushawishi wetu kwamba; hakuna awezaye kuzoea 'safari ya kiroho,' kwani kila ifanywapo huwa tofauti na ile iliyopita. Ila uzoefu (desturi) hukufikisha mbele haraka, kwani wajua jinsi na namna istahilivyo; kwamba kupelekwa ni rahisi kuliko kutafuta njia hiyo.

Tulianza mada hii kwa kuhuzunikia tabia yetu ya kuacha na kusahau jinsi ambavyo kwa vizazi vyote tulivyo kuwa tunasali. Katika tafakari hiyo tulipewa andiko hili kwa ajili ya tafakari yako: Yahkob 1:25 ... *Lakini yeyote yule aangaliaye {akichungua} katika toraha kamilifu ya uhuru {Yokhana 8:31-32, Waebrania 8:6, Yirmeyah 31:31-33}, na kuendelea [katika hiyo], yeye akiwa siyo msikilizaji msahaulifu, bali mtendaji wa kazi*[30]*, [mtu] huyu shuruti atabarikiwa katika matendo yake {Yehoshua 1:8}. ...*

Kwetu sisi mafunzo haya kubandikwa humu, kulihitaji umakini sana kwetu, lakini siyo kwake Yeshua, yeye alitenda haya juu mlimani na pengi pengine maandikoni. Hivyo hapa sisi ni kama: 'nishike mkono YAHWEH na twende unako tupeleka.' Desturi hizi zilisaidia ukuzi wa imani kwa wale walio tenda. Zilifungua mlango wa kimwili unao utiisha mwili imanini. Kama ubongo wa mtu ufanyavyo kazi kwa urudifu ujengao mazoea, huweza fanya pia tabia ijengayo nguvu husanishi, kwamba kila urudiapo matendo ya tabia hiyo, ubongo hujikabidhi kwa nafsi, nayo hujikabidhisha kwa roho kufikishwa huko ulengako shabaha. Kwa jinsi hizi, yote huwa rahisi na haraka.

Ubongo ni zana ya nafsi yako katika kuumiliki mwili. Hivyo nafsi pia huutiisha mwili. Kama nafsi hufanya hivi aidha kwa kile cha kiroho au cha kimwili, basi yote mawili huwezekana. Sababu ubongo huona haya kuwa kweli, na tena pasipo tofauti. Aidha kwa fikra mtu husujudu, au kuwasha tamaa za mwili wake, kwayo hayana tofauti, kwani ubongo huona picha tu na kumfikisha mtu kwayo. Mtu wa ndani ndiye roho wako amshikishae adabu kwa jinsi ya maunganisho na mwili wake. Hapa sisi hulenga mtu wa kiroho kwa lengo hili-hili kwamba, afikishwe salani salama, na haraka kwa ufanisi wote kidesturi.

Wewe unao uwezo ndani yako wa utambuzi wa desturi ambayo kwayo safari ya sirini hutokea haraka. Urudufi wa jambo, hujenga uzoefu wa kiakili, ambao hupelekea muunganisho wako na roho kupokea kasi ile-ile ambayo kila ufanyapo hivyo huja. Kwa wengine ni kupiga magoti, kwa wengine ni kuinamisha kichwa, au namna hiyo yako mpendwa. Siyo tendo hilo, bali ni kile ambacho wewe umeoanisha tendo hilo na matokeo hayo yajayo, ndiyo huwasha hisia zako kuingia kazini.

Sayansi yataja kuwa, ubongo (ambao ni kiungo cha kimwili) unao uwezo na nafasi ya kutosha (memory capacity) kuweka kumbukumbu za milango yote 5 ya fahamu kwa miaka milioni 3 (hakika tuliumbwa kuishi milele). Nao umegawanyika sehemu 7 ili kutimiza yote ya kiakili, kinia, na kihisia kwa kasi kuu pasipo ukomo wa uwezo.

Ijapo kuwa tendo nje ni la kimwili, lakini sasa umeanza ona kuwa, nafsi kwa akili, hisia, na nia ni kiungo muhimu kwa hilo la mwili kukuingiza safarini rohoni, ukiwa na moto uwakao kama mafuta tosha safarini humo. Na saa nyingine hilo la rohoni huja nje kabla ya kwenda mbele na kumwagia mafuta huo moto wako. Wale wafanyao ibada kwa nyimbo za kuabudu kwa kusifu, kushukuru, na kumpa utukufu, hutarajia hili la pili. Haya ya safari ya sirini, bado kitambo kidogo, mafunzo yake makini yatakufikia rasmi.

Hizi ndizo desturi ambazo kitabu chako hiki ilibidi kusimamisha kasi yake yote, na sote kushuka, ili kuzitizama kwa ajili yako mpendwa. Inampendeza Adonai Yeshua Kristo wako kwamba, wewe mpendwa wake ufahamu desturi hizi 7 za watangulizi wetu kale katika kumwabudu YAHWEH Mungu wetu: -

1. Kuinamisha kichwa chini
2. Kuinama mwili mzima chini
3. Kupiga magoti
4. Kupiga magoti na kuinama hadi chini
5. Kuanguka chini kifudifudi
6. Kunyanyua mikono juu Mbinguni
7. Kuwekea mikono kichwani

Hivi wajua adui yako ibilisi satani amefanya wewe mpendwa kuogopa kumwabudu YAHWEH kwa njia hizi zote 7, sababu eti wasio wake hufanya hivyo?! Lengo la Ruak kwayo mafunzo haya ni ili wewe urudie njia yako ya ibada ya kweli, na kutenda yale yote yampendezeshayo YAHWEH Mungu wako.

Kuinamisha Kichwa Chini:

Na mtu {mwanaume} aliinamisha kichwa chake chini, na ● ● ● *alimwabudu YAHWEH.* ... [Mwanzo 24:26].

Tunaona desturi hii ya kuinamisha kichwa chini kwa uchache sana, ikifanywa moja kwa moja kwa Mungu. Katika Luka 24:5 wafuasi wa Yeshua wanainamisha vichwa vyao kuelekea chini, kama ishara ya ukuu na enzi mbele za malaika wa Mungu. Katika tanakh tunaona umaarufu wa desturi hii iashiriayo kuabudu toka maandiko mengi, mfano ni Kutoka 4:31. Tendo la kuinamisha kichwa ni tendo kamilifu la ibada mbele za YAHWEH, kama uonavyo katazo lake dhidi ya hili kufanywa mbele ya sanamu, kuashiria tendo hili ni haki-miliki ya Mungu YAHWEH pekee.

Katazo hilo ni kwa Walawi 26:1 ... *Nyie shuruti msijitengenezee sanamu[31] {za vimungu vya kazi ya ufinyanzi} wala sanamu[32] {ya mungu wa kuchonga toka mti au jiwe}, wala usiinue sanamu[33] ya mnara {obeliski}, tena shuruti nyie msiweke sanamu[34] yeyote ya jiwe {iliyo chongwa toka jiwe na kusiribwa[35] kwa plasta laini} katika nchi yenu, kuinama kuisujudia hiyo: kwani mimi [ndiye] YAHWEH Mungu wako. ...*

Je ni nani huyo awekaye sanamu za kuchonga, hata zile za kuchongwa kwa mawe kati yetu, akiongoza watu kuzi-inamishia vichwa vyao wakisujudu na kuabudu? Je haukusoma kwa Kutoka 34:14 na kuelewa kuwa YAHWEH Mungu wako ni Mungu mwenye wivu? Tazama jinsi arejeavyo hili la sanamu mara zote hizi, wakati wewe wajifanya kufa ganzi kwa mapenzi ya sanamu zako hizo unazodai ni za yeye. Hata sanamu ya Aharon jangwani, ilidai kuwa huyo ndiye, na hata Yisrael walifanya kafara kwenye maeneno ya juu (nje ya hekalu), na kwa yote mawili alihukumu hiyo ni ibada ya sanamu: Kutoka 20:5, Torati 4:24, 5:9, Zaburi 78:58, Mithali 6:34, Wimbo wa Shelomoh 8:6, Yehezkel 8:3-5.

Picha ni nzuri kwa kufundishisha juu ya milango ya fahamu, lakini siyo kwa ibada. Mungu tumwabudiye ni Roho, naye yuko ndani yako na yetu mpendwa. Usiabudu jengo la sinagogi uliitalo kanisa, kwani kama mwili wako hilo ni la Dunia, abudu yule aliye Roho na mwanzo na asili ya vyote. Ufalme wake na uumbaji wake pamoja naye uko ndani yako katika Kristo Yeshua. Fungua macho mpendwa na elewa jinsi ya kuabudu, na wapi inatupasa kuinamisha vichwa vyetu. Usiinamishe kichwa chako kwa kuabudu mbele ya yeyote yule isipo kuwa Mungu YAHWEH. Na pale uinamishapo kichwa chako kwa heshima ya umri au madaraka, basi acha hilo lisiwe tendo la ibada.

Yehoshua 23:7 ... *Kwamba nyie msichanganyike na mataifa haya, hawa ambao wamebakia kati yenu; na kamwe msitaje majina ya miungu wao, wala msifanyishwe kuapa [kupitia wao], kamwe msi-watumikie wao, wala kusujudu {mki-inama} wenyewe kwao: ...*

Je ni nani kati yenu leo aapaye kwa jina ambalo siyo la YAHWEH? Je ni nani asalimiaye na hata kuweka ahadi katia lugha ngeni ambayo jina la wanaye mwabudu limefungashwa humo? Wewe ni Mkristo, kamwe usidondokee katika mtego wa kusema kwa lugha ngeni 'kama ..... akipenda' wakati wajua Yahkob 4:15 yamrejelea Mungu YAHWEH. Mpendwa, usiighe desturi na lugha za itikadi ambazo zakinzana na imani hii ya neema ya msalaba.

Takribani kila kitu awali kilikuwa chako, ni adui aliye chukua na kuvipindisha. Tazama basi uone ni kwa kiasi gani unakumbatia nukuu, na kukiacha kile kilicho nukuliwa tele maandikoni mwako, tena zaidi ya mamia kadhaa ya miaka kabla ya nukuu:

Yahkob 4:13-16 ... *Njooni sasa, nyie ambao husema; Leo na kesho tuta-kwenda katika mji fulani, na kufanya kazi huko mwaka, na tuta-fanya uchuuzi tukiuza na kununua, na kupata faida: Nyie ambao hamjui hata ya kesho; kwani maisha yenu ni nini? Kwa hakika ni mvuke, ambao huonekana kwa kitambo kidogo, na mara hutoweka. Kwa sababu hiyo [ni vema] nyie mseme,* **kama itampendeza [Mungu] YAHWEH, na sisi tutakuwa hai tunaishi, na tufanye tukitenda hili au lile.** *Lakini sasa nyie mwajionea fahari katika majigambo yenu: fahari hiyo yote ni uovu.* ... [msisitizo ni wetu sisi].

Kuinama Mwili Mzima Chini:

Desturi hii ndiyo ijulikanayo kama kusujudu, ambalo ni neno sawa na kuabudu. Kwa sababu hizi ndiyo adui ameiba na kuing'ang'ania desturi hii kama yake, na kumtishia kila athubutiye kuitenda kwa YAHWEH, au kwa Adonai Yeshua Kristo, kuwa anafanya tendo la kipagani. Huu ni uongo toka kwa mvumbuzi na baba ya uongo muuaji ibilisis satani (Yokhana 8:44).

Vipi kwako Kanisa kufanya hivi kuwe kufuru, na kwa walio wake tendo la ibada? Hii ndiyo asili na chimbuko la kufukuzwa kwake Mbinguni, kwani uasi wake ni kutaka yeye aabudiwe kama Mungu. Kama ilivyo andikwa kwamba; kabla ya kwisha kwa nyakati, kila kweli itajulikana, hivi ndivyo ime-mpendeza Roho wa Mungu wewe leo utambue na hili pia.

Tazama ushahidi wetu kwa II Kronikozi 7:3 ... *Na pale wana wote wa Yisrael walipo ona jinsi moto ulivyo shuka, na utukufu wa YAHWEH juu ya nyumba, wao wenyewe walipiga magoti[36] na nyuso zao chini sakafuni, na waliabudu, na kumsifu YAHWEH, [wakisema], [yeye ni] mwema; kwani huruma[37] {upendo unao jalishwa hata utoke kusaidi katika wema} yake [hudumu] milele. ...*

Huku ndiko kusujudu ambako ndiko kuinamisha uso mpaka chini kabisa kugusa sakafu kama magoti yako yafanyavyo. Je bado iko shaka kuhusu desturi hii kutokuwa yetu Kanisa, na kwamba sisi ndiyo tulio tenda hivi kabla ya wote wengine? Sasa tenda hili kwa ufahari kwake pale ujifungiapo mahali pako pa siri kusali. Na kamwe usiweke alama usoni kujifichua, kwani Mungu YAHWEH hata-kuhesabia thawabu wewe ambaye tayari umeshaipokea ya Dunia.

Tunaona kuinamisha kichwa kwa kusujudu hivi mpaka chini ardhini au sakafuni pia katika II Kronikozi 20:18, Nehemia 8:6, Zaburi 146:8, Yeshayah 49:23, II Wafalme 2:15 na maandiko mengi sana katika tanakh na machache sana katika agano jipya la mwisho. Huu ni ushahidi na hakika kwa yeyote apendaye kujua kweli hii kwamba, ni yeye YAHWEH ndiye aliye anzisha na kutupa sisi tendo hili zaidi ya miaka 2500 kabla ya takribani dini zote za leo hii duniani kuanza kufanya hivi, au hata kuwepo.

Kupiga Magoti:

Kama ilivyo bainishwa katika utangulizi, hili la kupiga magoti ni kuu na maarufu kuliko yote katika kanisa letu la leo lizungumzalo Kiswahili. Pia ni bayana kwetu kwamba, wale walio katika makusanyiko ya makanisa-taasisi, na yale yaliyo matangulizi yaliyo kuja zaidi ya miaka 1000 iliyopita, hutumia zaidi desturi hii katika sala na kuabudu.

Kama utakavyo ona mbele, wale walio wa makanisa ya imani, na ambayo husisitiza katika mahusiano binafsi na ya moja kwa moja na YAHWEH, wao wamerudia desturi ile ya kale zaidi tangu Abraham, na hata mpaka wakati wa Shelomoh; mfano siku ile alipo inua mikono yake juu ili kutia wakfu hekalu la kwanza.

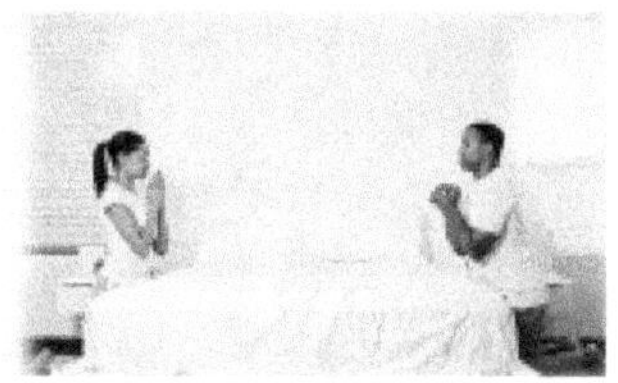

Tafakari za kina za maandiko zatuonyesha desturi ya kupiga magoti kuwa ya kale, na hata kutumika sana wakati wa uwepo wa Yeshua. Tazama uthibitisho wa desturi hii pale Yeshua Kristo mwenyewe (aliyetoka Mbinguni) afanyapo tendo hili la upendo kwa uhakika, na kwa jinsi ya nguvu za mwili wake kupiga magoti katika Luka 22:41 ... *Na yeye alijitenga toka wao kwa umbali kama wa kurusha jiwe hivi, na alipiga magoti chini, na kusali, ...*

Huyu ni Mwana wa Mungu, na yeye pekee ndiye aliye toka Mbinguni na kuja kuishi nasi. Ni huyu aliyeleta ufupisho wa toraha yote iliyo na wastani wa maelekezo 613 kuwa moja tu. Huyu Kristo Mkombozi wetu, hata katika mwili alitenda lile lilo stahili kwa Baba Mungu. Tafakari nasi kwa ushahidi wa: Matendo 9:40, 20:36, 21:5,

Matityahu 17:14, Marko 1:40, 10:17, Waefeso 3:14, Zaburi 95:6, na Daniel 6:10.

Kupiga Magoti na Kuinama Hadi Chini:

Desturi hii inajumlisha aina zote zilizo tangulia kama sehemu ya tendo moja. Hii huanza na mtu kupiga magoti kwanza, kisha huinama ukisujudu kupeleka uso wako miguuni pa Mungu YAHWEH kwa lengo la kujinyenyekeza miguuni pa Mungu.

Tazama Mungu YAHWEH asemavyo kwa nabii wake Yeshayah (45:23) ... *Mimi nimeapa kwa binafsi yangu, neno limetoka nje ya mdomo wangu [katika] haki, na shuruti lisirudi {pasipo ku-kamilisha nilicho liachia kwacho}, Kwamba kwangu kila goti litapigwa, kila ndimi {lugha} shuruti iape. ...*

Kuhusu andiko hilo lisemwalo, tunaona katika Warumi 14:11 kuwa ni kila goti litapigwa mbele zake, na kila ndimi shuruti zikiri kwake. Kwa Wafilipi 2:10 inafafanuliwa zaidi kuwa; ni kwa jina la Yeshua Kristo kila goti litapigwa, kwa vyote vya Mbinguni, na kwa vyote duniani, na kwa vyote chini ya Dunia, yaani kuzimu. Hivyo basi, sasa twajuwa kuwa unabii huo unamhusu Adonai Yeshua Mwana wa Mungu, na kwamba ni kwake yeye ndiyo YAHWEH alimpa Yeshayah unabii huu.

Hivyo kwa sababu hiyo, adui satani hufanyisha walio wake hili pasipo hiari yao. Huu ni mwendelezo wa vita ile-ile ya tangu awali ya yote, pale tamaa ya kuabudiwa ilipo kutikana ndani mwake, hata atimuliwe Mbinguni.

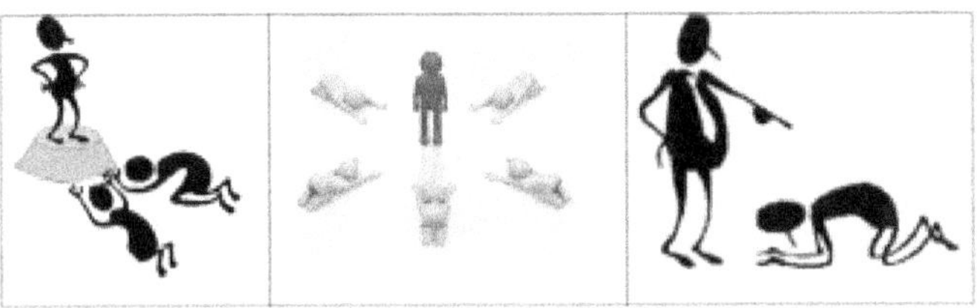

Tafakari hili kwa ushahidi wa: Matityahu 28:9, Marko 5:22, 7:25, Luka 17:16 na Yokhana 11:32. Pia ongeza uelewa zaidi kwa: Matityahu 27:29, Marko 15:19, Zaburi 95:6, na I Wafalme 19:18. Lengo la ushuhuda wote huu ni ili wewe mpendwa uamini, na sirini utekeleza desturi hizi takatifu katika ibada kamilifu ukiabudu. Sasa wewe usisite, wala kuogopa tena kuyafanya haya.

Mpendwa tambua kuwa, wapagani na wasio amini katika imani hii, hufanyishwa hivi ili wewe uaminiiye usifanye katika kujitofautisha kwako nao. Hii ni janja-laghai ya satani ya tangu awali kuabudiwa na kuwa kama Mungu. Na kwa kufanya hivi uongo huu hutimiza dhamira ya uasi wake kwa makundi yote mawili, wale wastahilio hawatendi, na wale wasio stahili hutenda kwake. Kama kinyaa cha uozo wa jipu lenye usaha, leo janja yake hii imetumbuliwa.

Kuanguka Chini Kifudifudi:

Hili ni jambo la ajabu, lakini uonekana zaidi pale Ruak HaKodeshi ajapo juu ya waumini wake, au pale Yeshua Kristo afanyapo kazi yake kama Adonai Mungu juu ya dhambi, na hivyo kupelekea uponyaji. Pia tunaona hivyo kwa pepo wachafu waliopo duniani pale wamwonapo Yeshua Kristo.

Kutokea kitabu cha Ufunuo tuna-chungulia na kuona kuwa, hata walio juu Mbinguni nao huabudu na kusali katika kuomba kwa jinsi hii. Kwa sababu hizi ndiyo inakuwa bayana kwetu kuwa, hii ndiyo desturi ya juu ziaidi kuliko zote pale ifanyikapo juu ya mwili, na tena mara nyingi pasipo utashi wa mwenye mwili huo.

Ufunuo 19:4 ... *Na wazee ishirini na wanne {24} na viumbe {wanyama} wanne {4} walianguka chini na kumwabudu Mungu ambaye amekaa juu ya kiti cha enzi, wakisema, Amin {ya-aminika, ni hakika}; Haleluyah {upewe sifa wewe YAHWEH}.* ... Walifanya hivi hata mbele za Mwanakondoo wa Mungu Adonai Yeshua Kristo katika Ufunuo 5:8, kwani ni kawaida hata kwa Ufunuo 5:14.

Tazama tena pamoja nasi Luka 5:8 ... *Pale Shimon Petros alipo ona, alianguka chini katika magoti ya Yeshua, akisema, Ondoka toka kwangu; kwani mimi ni mtu mwenye dhambi, Oh Adonai.* ... Tunaona desturi hii pia katika kipindi cha kushushwa injili ndani ya Luka 17:16. Kabla ya kipindi cha injili utaona kwa Torati 9:25. Tofauti ya msingi hapa ni neno 'kuanguka' kwani matumizi ya magoti, au uinamisho wa uso haupo. Pia twaona hili katika Luka 8:28 na Hesabu 22:31.

Soma hakika hii katika Marko 3:11 ... *Na pepo wachafu, pale walipo mwona yeye, walianguka chini mbele yake, na kulia {kwa ukelele}, wakisema kwamba, Wewe ni Mwana wa Mungu.* ... Tumesema haya yote ili pale wewe uonapo Ruak akichukua nafasi yake juu ya wahudumu wake, na wao katika yeye kufanya uponyaji, na watu kuanguka chini mbele zao, ujue ni nini kinacho endelea hapo. Ni hapo ndipo nguvu hiyo iliyo ndani mwao, humwingia huyo astahiliye kuponywa, hata azidiwe na kuanguka chini pasipo ridhaa yake. Picha nyingi huonyesha hawa kuanguka chini chali[38].

Kunyanyua Mikono Juu Mbinguni:

Kunyanyua mikono juu Mbinguni kuko kwa aina mbili: kunyanyua mikono juu Mbinguni ukiwa umepiga magoti, na kunyanyua mikono juu ukiwa umesimama. Desturi hii ni finyu sana katika masinagogi ya kidhehebu, na maarufu sana leo hii kati ya wale wajulikanao kama walio okoka (born-again).

Mpendwa soma nasi kile mtume Paulos alicho mwandikia mtumishi wa Mungu I Timotheo 2:8 ... *Hivyo basi mimi natamani kwamba watu kila mahali wasali, wakiinua juu mikono mitakatifu, pasipo kisasi wala mashaka.* ... Uwepo wa andiko hili kuu katika agano jipya la mwisho ni hakika kuwa, Ruak alikuwa anakutaka wewe kanisa uzungumzaye Kiswahili kurejelea desturi hii ya kale tena.

Katika uchache wa hii desturi ndani ya agano jipya na husasani injili, tunasoma tena katika Waebrania 12:12 ... *Kwa sababu hii basi inyanyue juu {ukiinyoosha} mikono ambayo yaning'inia chini, na magoti yaliyo pooza {Yeshayah 35:3};* ... Andiko hili kwa hakika linarejesha utaratibu mzima wa kupiga magoti na kunyanyua mikono juu Mbinguni katika sala.

Tazama sasa hakika ya kivuli hicho kwa Kutoka 17:11-13 ... *Na ilikuja kuwa, pale Mosheh alipo inua mikono yake, kwamba Yisrael huwa na nguvu {hushinda}: na pale alipo iacha chini {pumzisha} mikono yake, Amaleki huwa na nguvu {hushinda}. Lakini mikono ya Mosheh [ilikuwa] mizito {uchovu na maumivu kuibakiza juu}; ndipo walichukua jiwe, na kuliweka chini yake, na yeye alikaa juu yake hilo; na*

Aharon na Hur waliishikilia juu mikono yake, mmoja upande mmoja, na mwingine upande mwingine; na mikono yake ikawa imara {imeshikiliwa juu tu} mpaka machweo[39] ya jua. Na Yehoshua alimlaza chini {teketeza} Amaleki na watu wake kwa ncha ya upanga. ...

Tazama hiki asemacho kale kijana David kwa Zaburi 141:2 ... *Acha sala yangu iandaliwe mbele zako [kama] mafukizo {ya manukato}; [na] kuinua kwangu mikono juu [kama] toleo la minkah jioni. ...* Hapa wa toraha na injili huwakilishwa. Kwa sala ana zungumza nasi Kanisa, na kwa kafara ana zungumza nawe kaka Yisrael. Kama vile moshi wa fukizo upandavyo juu, hivyo ndivyo ukichungua maandiko utaona sala za waumini huja mbele yake kama manukato mazuri. Kwa kuwa katika sala wewe hunyanyua mikono, basi hilo kwake la kimwili ndiyo kafara ya jioni, ile kafara ya mwanzo wa siku.

Tazama tena ushahidi wake hili kwa Nehemia 8:6 ... *Na Ezra alimbariki YAHWEH, Mungu Mkuu. Na watu wote {am – Yisrael} walijibu, Amin, Amin, wakiinua juu mikono yao: na waliinamisha vichwa vyao, na kumwabudu YAHWEH nyuso [zao] zikiwa chini ardhini. ...*

Katika I Wafalme 8:22 na II Kronikozi 6:12 tunaona mfalme Shelomoh akisali kwa YAHWEH huku amesimama na kufungua mikono yake kuelekeza juu Mbinguni. Lakini pia katika I Wafalme 8:54 na II Kronikozi 6:13 tuna-mwona mfalme Shelomoh huyo huyo mwana wa mfalme David, mfalme wa Yisrael akiwa amepiga magoti na kuinua mikono juu. Hii inaasharia kuwa, desturi zote mbili zilitumika kwa pamoja ndani ya kipindi hiki. Tafakari - Zaburi 28:2, 44:20, 63:4, 68:31, 88:9, 134:2, 143:6, Yeshayah 1:15, Habakuki 3:10, I Wafalme 8:38, II Kronikozi 6:29.

Kuwekea Mikono Kichwani:

Kuwekea mikono kichwani katika agano la awali lilikuwa tendo la kutawadha, au kutia wakfu mtu katika kazi maalumu. Hili hata Kanisa la mwanzo wali-liendeleza. Lakini zaidi ya hivi, injili na agano jipya vimetilia mkazo hili katika waumini na watumishi kuwekea mikono watu, ili kushinda laana ya dhambi katika magonjwa, maradhi, maumivu na kutoa pepo wachafu.

Bado kuwekea mikono kumeendelea kuwa tendo la kubariki katika katika masuala mengi ya maisha kati yetu waumini. Ni hivyo hivyo hata katika aidha upako wa mafuta ya zeituni, au mpako wa Ruak HaKodeshi ulio wa kiroho. Dhana na desturi imebaki ile-ile ya kubariki kwa kuachia baraka toka kwake anaye muakilisha Mungu YAHWEH, atendaye katika jina la Mwana wa Mungu Yeshua Kristo, kumwendea mhitaji.

Ukaribu wa mtu na Mungu YAHWEH (katika mahusiano aidha kwa upako au wakfu) ndiyo sisi tuliita hapo juu mara, uwakilishi. Hili utambulisha nafasi ya mtu katika madaraka yake kiroho, ambacho pia ni kiwango cha utukufu alicho tishwa, au ruhusiwa kuhudumu kwacho. Hivyo kwa jinsi hii, shuruti mkuu ambariki mdogo: ... *Lakini pasipo malumbano yeyote aliye mdogo {katika ubora, au kiasi} hubarikiwa na aliye mkuu {mwenye nguvu, au bora zaidi}.* ... [Waebrania 7:7]. Ukuu wako mpendwa unatokana na yeye amesema wewe ni nani, na siyo vyevyote vinginevyo vile humu duniani.

Kwa agano la awali tunaona kuwekea mikono kichwani ambako kulikuwa maarufu zaidi, ni kule kwa kubariki au kumtia mtu wakfu katika utumishi wa YAHWEH. Ni katika msingi huu ndiyo iliandikwa

kwa Torati 34:9 ... *Na Yehoshua mwana wa Nun alikuwa amejaa roho wa hekima; kwani Mosheh alikuwa ameweka mikono yake juu yake yeye: na wana wa Yisrael walimsikiliza {mtii} yeye, na alitenda kama YAHWEH alivyo muamuru Mosheh. ...*

Ushahidi huu pia wapatikana toka: Mwanzo 48:14,17, Hesabu 27:23, na Yehezkel 39:21. Kwa Agano Jipya twasoma Matendo 6:6 ... *Hawa wali-wasimamisha mbele za mitume: na pale walipo kuwa wame-maliza kusali, waliweka mikono [yao] juu yao hao. ...*

Kuhusu kuweka mikono juu ya wagonjwa nao kupona, tunasoma toka Marko 16:18 na kwa Marko 8:23. Hapo kipofu ana wekewa mikono juu ya kichwa chake na Adonai Yeshua, naye anapona. Kwa Marko 14:46 na Matendo 28:8 desturi hii yathibitishwa kuendelea hata katika kipindi cha usambazo wa injili kwa mataifa ndani ya kanisa la kwanza. Hili sisi twashuhudia kuendelea majumbani na masinagogini mwetu, hata mpaka leo hii.

Pamoja na maelezo haya mazuri kuhusu desturi zetu za sala, na wingi wa picha kujenga kumbukumbu za kudumu, bado ni shuruti ujue kwamba, haya yote adui naye ameshageza na anatenda kwa walio wake hapa duniani. Tazama kwa makini sana usije ingia katika mtego wa kuiga aidha maana, dhana, au tafsiri ya hicho anacho fanya huko, kwani hicho sicho hiki. Wao hutenda mahangaikoni katika hofu na vitisho, wewe Mkristo watenda pumzikoni katika imani na tumaini. Leo mpendwa kile kilicho ibiwa, kime-rudishwa kwako tena, sasa tazama awaye yeyote asikulaghai.

Kwisha fanya mafunzo haya yote, na kwa kitambo chote hiki, je sasa waweza jibu pasipo shaka maswali yale ya msingi tuliyo yauliza awali? Tuli-ulizana hivi: nini maana ya sala? Lengo la sala ni nini? Nani alianzisha na kwa minajili gani? Vipi sala huweza timiza hitaji? Na je huchukua muda gani kupokea jibu la sala yako? Je zipo kanuni za msingi ambazo kwanzo shuruti sala ijibiwe ndani ya ridhaa ya Mungu? Hivi sala shuruti ielekezwe kwa nani, na katika jina lipi?

Lengo letu zuri kuyaleta yale maswali tena hapa, lilikuwa ni kukaza ufahamu tu, lakini kama ufahamu kwayo haya bado kidogo, kwa nini usirudie kusoma? Na tena safari hii kwa uchunguzi wa kila kinacho tajwa. Katika hili shuruti uwe mkweli, kwani ile nuru ya Mungu YAHWEH inayo akisi njia yako humu, bado iko nawe. Kamwe suala humu halija-wahi kuwa wewe mpendwa usome hata ukimalize hiki kitabu, bali ni uelewa, hata uweze tekeleza na kufunza wenzio.

Upendo wa Baba Mungu, Neema ya Adonai wetu Yeshua Kristo, na Karama zako Ruak HaKodeshi; na ziachiwe sasa juu yangu, mpaka milele yote. Amin

7.6 Kuongea na Yahweh

Niite Mimi, na Mimi nitakujibu wewe, na kukuonyesha wewe ••• *mambo makuu[40] na yaliyo hifadhiwa[41] na kufichwa[42] {yakitengwa[43] na kuchungwa[44]}, ambayo wewe hauyajui[45] {hauna maarifa nayo, uelewa[46], au kuyatambua[47]}. ... [Yirmeyah 33:1].*

"Kama utaanza kufanyia mazoezi uwepo wangu, utapelekea kuwa na sikio la sauti yangu na tutaweza kuwasiliana Mimi na wewe. Na Mimi nitaweza kuleta amani na furaha katika mfumo wa maisha yako na katika kuishi kwako kila siku ambako ni zaidi ya chechote ulicho na fikra nacho sasa hivi kiwezekanacho kwako. Na Mimi natamani sana, asema YAHWEH.

Mimi namtafuta mtu ambaye ana masikio ya kusikia. Kama uta-lihimisha hili sikio lako la ndani, kama uta-jihimisha kusikia sauti yangu ndani yako, Mimi nita-kufunza wewe kwayo. Mimi nita-kufunza, na Mimi nita-kuonyesha vitu vijavyo. Huu ni wakati ambao wewe wahitaji kujua sauti yangu. Hiki kizazi kitaijua na kuifuata sauti yangu zaidi ya vyote vilivyo kitangulia, na itafika mahali ambapo miujiza ni jambo la kawaida katika uwepo wako," asema YAHWEH. Haleluyah, Utukufu kwa Mungu, Haleluyah.

Unabii ulio fikishwa na Kenneth Copeland,

Tarehe, 26, Augusti 2005 – Great Lakes, Prosperity Overflow Convention.[48]

Maandalizi ya mambo yote stahilifu kwako kusimama mbele za Muumba wako yamesha kamilika, na sasa kwa hakika uko tayari kuongea naye kama mtu aongeavyo na rafikiye. Jiaminishe kwa hili kama alivyo kufunza, na kukupatia wewe ukombozi wa kiroho kwa maisha pamoja naye milele, na ukombozi wa kimwili kwa siku za Mbinguni leo hii hapa duniani.

Je wakumbuka alivyo kuongoza kwa umakini mkuu kufanya Sala ya Ukombozi, na kubatizwa kwa maji na kwa Ruak HaKodeshi? Na vipi alikuonyesha bayana sinagogi jipi wewe ujiunge nalo, na ukisha kuwa humo, vipi ujifunze maandiko matakatifu? Ni mara tu amemaliza kukufunza jinsi ya kusali kwake kwa usahihi, ili ushinde na kufanikiwa katika njia zako zote maishani. Ni kwa jinsi hizi sasa wewe mpendwa wake, ile ngazi ipandayo juu (escalator) imekufisha kwenya mlango huu, ukupasao kuwa jasiri nao uufungue.

Mungu Baba, katika jina la Adonai wangu Yeshua Kristo; naomba unionyeshe uzuri wa uso wako, kwani matamanio yangu ni wewe, na siku za Mbinguni unipe ooh YAHWEH ...

Hii ndiyo itifaki rahisi ambayo kwayo ulipangiwa, ili wewe mpendwa uweze kudumu katika Kuongea na Mungu YAHWEH: -

1. Tafsiri ya Kuongea na YAHWEH,
2. Tendo la Kuongea na YAHWEH,
3. Safari ya Sirini.

Maana ya Kuongea na Yahweh:

Kuongea na YAHWEH ni majibizano katika maongezi kiroho (nadra sana katika mwili, lakini yawezekana) kati yako na Mungu Muumba wako. Yeye huweza kuwa kati yako na nafsi yake moja, au mbili, au hata watatu (Mungu Baba, Mungu Mwana, na Mungu Roho). Ni mfanano wetu huu wa kuongea kama YAHWEH, uliyo tambulika haraka pale malaika walipo mwona adam (mtu) kwa mara ya kwanza, hata waka-semezana kuwa, yeye ni nafsi hai, tena aongeaye[49] kama YAHWEH.

Maongezi kwa majibizano naye huwa kama uongeavyo na mkuu kati ya watu mnao pendana sana, au uongeavyo na rafikiyo ambaye una-mheshimu na mahusiano yenu yamejaa kweli na upendo. Ni kwa sababu hii maongezi naye tunayo yarejelea hapa siyo sala, au kufanya toba, au ibada, au tafakari, au kuyapa sauti maandiko matakatifu kwa kuyasoma kusikika, au kutoa unabii, au ndoto, au maono, ijapo kuwa baadhi ya haya yaweza hifadhi maongezi yenye majibizano na Mungu ndani yake. Kwayo baadhi ya haya pale umalizapo kuyafanya au kutokea, na ukasubiri jibu hapo-hapo, ndiyo maongezi huweza anzia hapo.

Mungu YAHWEH ndiye mtunzi na muumbaji wa nafsi yako, na hivyo nia, akili, na hisia zako katika mahusiano na ubongo ulio kiungo cha mwili kwa muunganisho na hivyo vya kiroho. Yeye YAHWEH ndiye aliye kupatia wewe lugha, kwa lengo kwamba muwasiliane. Na tena uweze fanya hivyo, kama ufanyavyo kwa wenzi wako.

Mungu ni Roho, na kwa jinsi hiyo alikuumba wewe roho pia. Wewe ni roho, unaishi katika mwili, na unayo nafsi (akili, nia, na hisia).

Jaribu kutumia akili za nafsi yako, kumwambia mtu wa ndani, yaani wewe roho; kuwa makini na mafunzo haya ya Mungu. Kwa jinsi hii nafsi katika kiti cha ubongo wa mwilini, ilitamka neno kwayo roho yako (iliyo wewe). Hivyo unapo ongea na Mungu YAHWEH, ni shuruti uongee naye kama mtu aongeavyo na roho yake.

Sababu ya uwepo wa somo hili siyo wewe kuongea, bali uwepo wa maongezi kati yako wewe na Mungu wako. Hakika ya hili ni kumsikia yeye pale anapo kuongelesha, au anapo kujibu, au anapo kupa maelekezo ya nini ufanye, useme, au wapi uende. Maandiko yako bayana kuwa; yeye hutenda hivi kwako wakati wote, na mahali pote.

Ni yeye anaye kusubiria wewe uinuke katika usikivu[50] huu kiimani, na katika kweli. Kwa jinsi hii somo hili linakuwa somo mama, kwa kila atakaye mahusiano na Mungu YAHWEH.

Maongezi haya hayajalishi mwanzilishi ni nani, sababu wewe kama yeye mwaweza anzisha hili. Utendekaji wa hili husimama katika misingi imara ya imani, upendo, utakatifu, na neema ambayo umesha funzwa vema humu hata ufike hapa. Utayari na uwepo wa YAHWEH wakati wote pale wewe uanzishapo maongezi, huwezekana katika utambuzi wa wasifu zake zile 3 kuu: kuwa yuko kila mahali wakati wote (omnipresent), na anajua kila kitu na mambo yote (omniscience), na pia anao uwezo usio ukomo (omnipotence).

Nia hii ya kuwepo maongezi kati yetu na Mungu, pamoja na hamasa yake yote hili, na umakini mkuu ulio tumika kuhakikisha hili lawezekana; yote hayo ni utendaji wake. Alijua pale tutakapo fikia uelewa, tutajue kwamba, ni yeye ndiye muasisi wa hili. Na hivyo ni sahihi na vema sana sisi kuutafuta uso wake, na kuisikia sauti yake rohoni mwetu. Hii ndiyo nia ya Mungu YAHWEH maishani mwako mpendwa, kwamba nyie muwasiliane, tena siku zote za maisha yako.

Aina ya nafsi tuliyo umbiwa, na ubongo alio ufanya kwa minajili ya kuthibiti maongezi, pamoja na aina ya koo na masikio, ili mfumo wa sauti ufanye kazi, ni hakika za wazi za nia yake hiyo. Na juu ya hivi vyote, ni lugha alizo tupa kufanikisha mawasiliano hayo. Hiki ndicho kilikuwa muhimu hata malaika wajue mtu ni tofauti na uumbaji wote mwingine, kwani siyo tu wana sauti, bali wanayo nafsi, na hivyo wana akili kama YAHWEH mwenyewe alivyo.

Leo hii hili la lugha kama msingi wa mawasiliano, ziko za aina mbili. Wale wa mashariki ya kati na hata mbali, wao hutumia 'analojik'[51] ambayo ndiyo pia iliyo tumika kuandika maandiko matakatifu. Leo wengi wetu wenye elimu kwa misingi ya ustaarabu wa kimagharibi, huzungumza 'lojik' (logic). Ni hawa wa ustaarabu wa kimagharibi ndiyo huita 'lojik' iliyoanza na Wagiriki njia rasmi, na 'analojik' njia ya kale. Njia hii ya 'lojik' hutafuta maarifa kwa kuuliza 'kwanini,' wakati 'analojik,' hutafuta maarifa kwa kuangalia 'pateni ya mwingiliano wa mambo' kwa mlinganisho na yale yaliyo tangulia.

Kimsingi njia hizi mbili rasmi za mawasiliano ni sawa, na tofauti yazo ni hizo mbili tulizo zitaja mara. Hiki ndicho ukionacho kikileta usumbufu mkuu katika duru za kidiplomasia, pale pande hizi mbili zinapo kwaruzana. Mungu hufanya kazi kwa kadri ya tamaduni na desturi za jamii hiyo, hivyo kama wewe kweli wataka kuyafahamu maandiko matakatifu yasemacho, na kwa jinsi yalivyo kisema hicho, basi elewa analojik itendavyo kwa pateni maandikoni. Hili la kwa nini halikuwa muhimu kwao, na kamwe siyo lengo lao hata leo hii katika mawasiliano.

Katika biblia mpendwa, tizama matendo na maneno yake YAHWEH ya awali (wasifu), kumtambua kama huyo ndiye, au siye (traits, character, habits). Tokea lugha ya Kiebrania, na kwa jinsi hii, alijidhihirisha kwao kwa pateni maalumu za maongezi na kwa matendo yake. Na kwayo hayo, wao humtambua huyo ndiye au siye, kila mahali, na kila wakati atokeapo.

Utaona Adonai Yeshua aliye lelewa katika jamii hii, hata naye pale alipo takiwa na Yokhana Mbatizaji aliye kifungoni katika Yokhana 10:32-38, kujithibitisha mwenyewe kama yeye ndiye Mashiah (aliye mfikiria awali kuwa ndiye); majibu yake yalikuwa kumwelekeza atizame pateni za matendo yake, akionyesha kuwa ni sawa na zile za Mungu

YAHWEH. Hata mbele za watu kwa Yokhana 13:16, na 14:28 alijitetea kwa jinsi hii-hii.

Mfumo wa lugha upo katika nafsi yako (nia, akili, na hisia), ambayo katika mwili huongoza ubongo ulio kiungo cha kimwili. Ubongo ndiyo kiungo cha fikra, kitunzacho kumbukumbu, kujifunza, ujuzi, na mpangilio wa maneno kuleta maana katika maongezi. Wataalamu wa ubongo (neurologists) wanaafikiana kuwa, ubongo ni kama mashine ya kufanya nakala (photocopier) ya akili (nafsi), hapo katika kiungo cha kimwili. Ubongo umegawanyika sehemu 7, na yeye aliye ufanya, yaonekana aliufanya kutafsiri ya upendo kama chanya (positive), na yale ya hofu kama hasi (negative).

Sayansi ya ubongo inatuhakikishia kwamba, kwa kila neno chanya, na zaidi-zaidi neno la Mungu, baada ya takribani siku 21, huonekana ubongoni kutengeneza njia unganishi (network) mpya kwa kutumia protini. Je Wayehudah hawakuwa sahihi walipo sema; haipo tofauti kati ya neno na kitu? Kwa nakala hiyo iliyo wazo, iwe tabia na kukutoka mdomoni mwako kila wakati wa uhitaji, uhitajika siku 63 tu za urudifu wake kujenga mazoea.

Kwa jinsi hii inakuwa sahihi kwa kila anaye tamka neno la Mungu, huku akiachia imani kwalo, siyo tu anaumba akipelekea kitu au jambo halisia kutokeza (manifest) kimwili, bali tokea urudifu wake neno hilo, viunganishi njia hujengeka pia ubongoni mwake. Katika ubongo, haipo tofauti kati ya fikra ya imani katika tafakari, au tendo halisi la imani upendoni. Ni kwa jinsi hii toraha ya kiroho (Yirmeyah 31:33) iliyo kuja na Adonai Yeshua (tukaiita injili), ilihesabia hatia fikra, kana kwamba ni tendo halisi (Matityahu 5:28). Ni fikra ndiyo inayo pimwa kwa dhamira iliyo fungashwa ndani yake, hata hilo kuwezekana.

Tazama hata tafsiri ya imani uone kuwa, hiyo ni kiini cha yale unayo ya tumainia, hakika ya vitu au mambo ambayo bado kujitokeza kimwili (Waebrania 11:1). Je siyo kwa jinsi hii wana mazingaumbwe hutumia neno fikrani pale wakitizamapo kijiko cha chuma, hadi hicho kupinda? Hata maandiko kuhusu hili la vya kiroho kuwa juu ya hivi vya kimwili (mind over matter), huafiki shuruti kijiko hicho kipinde (Matityahu 17:20).

Tokea uelewa huu wa jinsi nafsi kwa akili ichapishavyo kumbukumbu zake kwenye ubongo, ndivyo hivyo hivyo akili kwa nafsi kiroho, ibakiavyo na kumbukumbu zake milele. Mbinguni watakatifu tutabakia na kumbukumbu za mambo tuyajuayo katika mwili (ijapo kuwa ubongo umeoza na kurudia mavumbi). Ni kwa jinsi hii ndiyo yaonekana tajiri wa simulizi ya Yeshua, alimkumbuka Eliezer akiwa eneo la juu liitwalo kifuani mwa Abraham. Na kwa namna fulani yaonekana Abraham alikuwa anajua kila kitu kuwahusu hao, ijapo kuwa wanapishana muda wa kuishi duniani kwa miaka zaidi ya 4,000. Je watakatifu kuhusu wenzi wetu; tutajua yote yawahusio hao katika kukutana nao tu kupitia Ruak HaKodeshi? Mungu anajua ...

Sayansi leo inasema; ubongo una uwezo wa kuweka kumbukumbu sawa na rekodi za miaka milioni 3, lakini akili huweka milele. Ni jinsi hii wewe waweza jifunza kwa kugeza kwa marudio mpaka nawe kuwa gwiji katika hilo. Ili kustawisha njia hizi za viunganishi ubongoni, ndiyo sisi hutaka wewe ufanyapo safari ya sirini, kumtegemea Ruak humo, ili uweze ona, uweze hisi, uweze nusa, uweze sikia, na hata uguse tokea milango yako yote 5 ya ufahamu. Ni kwa kufanya hivi mara kadhaa, ndiyo ubongo wako utahifadhi kumbukumbu bora zenye rangi, harufu, sauti, upepo, mguso, na hata msisimko wa mwili. Na urudifu wa safari hii mara 23 na hata mara 63, hupelekea hili kuwa jepesi, rahisi, na la kawaida kwako, sababu akili yako tayari imeshachapisha nakala ya yote yahitajikayo juu ya ubongo wako.

Ni kwa uchapishaji huu, na utengenezaji huu wa vijinjia viji-unganishavyo takribani bilioni 100 ubongoni mwako, roho kupita nafsi hufanya mwili kuweza tenda la kiroho kana kwamba ni kawaida yake. Utatu huu wako kwa mwili, nafsi, na roho; ndiyo umfanano wako na YAHWEH Mungu wako.

Hizi siyo hekaya za Abunuwasi kwa ndoto za Alinacha, la hasha! Hii ni kweli ya kimaandiko, na tulicho fanya sisi ni kuunganisha vumbuzi za sayansi na kweli hiyo mbele yako. Wanamichezo ya jimnastiki (gymnastic) hutumia njia hii kwa tafakari kujiona wakitenda, na hivyo kuweza tenda. Madereva wa magari kasi ya langalanga (formular one), waligundua zamani sana kwamba; uonapo fikrani mwako katika kasi gari ikienda pasipo kugonga ukuta (virtual reality), basi haiwezekaniki kuugonga wakati ukiendasha mzunguko wako. Ni katika kina cha utambuzi na uzoefu huu, ndiyo wewe huweza toka makazini kwako au shuleni, mpaka nyumbani pasipo kufikiri njia, au kujua umefikaje, bali upo mbele ya mlango wa nyumbani mwako.

Asilimia kubwa ya ubongo hufanya ukiwa umepumzika (sub-conscious), na ndiyo maana mtu huweza amka ukiwa na majibu. Ukiwa macho (conscious) sehemu ndogo ijaliyo leo, na yatokeayo, ndiyo huwa kazini. Mpendwa, wewe kawaida hutumia chini ya asilimia 20 ya ubongo wako maishani, na sayansi yajua mpaka leo hii chini ya asilimia 10 ya yote yahusikanayo na ubongo wa mtu. Kwa jinsi unavyo tumia zile sehemu 7, ndivyo mtu huweza jitibu maradhi mwilini kwa uachio sahihi wa kihitajikacho hapo. Ni wingi wa mtandao chanya upelekeao ubongo kuwa chanya, na hivyo rutuba ya afya iponyayo maradhi mwilini mwako.

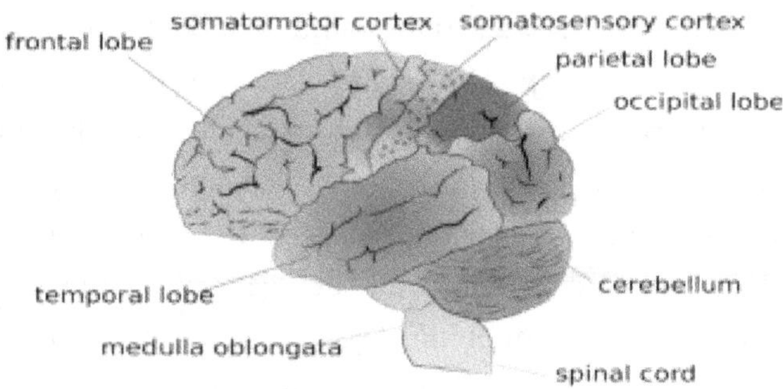

Maandiko yako wazi kuwa, sote tulio kombolewa tumepewa akili za Kristo Yeshua, ili tuweze fikiri na kunena ya Mungu vinywani mwetu, kama ilivyo nafsini mwetu. Ubongo kama mvinyo na tofauti na viungo vyote vingine, huwa bora kadri umri usongavyo mbele, na kuongeza wingi wa kumbukumbu zake. Kama umechagua kuishi miaka 100, unaweza kuwa mtalaamu wa mambo 4 tofauti kabisa, na kuishi maisha yako vema. Je siyo chini ya msingi huu ndiyo lugha sahihi ya Kiebrani haina neno kustaafu (retirement), au neno bahati (concidence), sababu haupo mwisho wa roho kwa akili kuchapisha ubongoni, na jinsi mwili utendavyo kwa nafsi na roho?

Halipo ambalo Mungu hakulipanga, au kuliruhusu, au kulijua (kwa kadri ya theolojia yako), litokealo duniani. Dunia haiwezi stahimili lisilo kuwepo akilini mwa Mungu kuwepo (semantiki ya hii sentensi siyo sahihi, lakini sisi hatuna jinsi nyingine ya kutamka kimaarifa na kueleweka, sababu haupo mfano wake bado). Hakuna unalo-ongea au tenda ambalo halitokani na wazo zoefu ubongoni mwako. Hii ndiyo sababu maandiko hukuita kutiisha kila fikra iingiayo nafsini mwako katika Kristo Yeshua, ili yote yatokeayo maishani mwako, yawe yale ya mpango wa YAHWEH pekee. Je siyo toka wingi wa yaliyo moyoni (nafsini) mwako, ndiyo wewe huongea? Je tabia kama matendo yako, siyo matokeo ya kilichopo ndani yako?

Tazama, kile ambacho hauja-kifikiria siyo tu hauwezi kukitenda, bali pia hauwezi kukisema, kwani hakipo. Ni kwa jinsi hii biblia yasema; ulimi ni kiungo kidogo cha mwili, lakini madhara yake makuu. Na kwalo hili la madhara, ndiyo Yeshua aliuliza hivi; hivi siyo sahihi kwa kiungo hicho ambacho huku-kwaza wakati wote ukikatilia mbali? Basi leo ingekuwa hivi kwa jicho, ulimi, masikio, uume, mikono, uuke, miguu, na vyote vingine viku-kwazavyo. Hivi vyote hupokea amri ya maneno au matendo hayo, toka ubongoni mwako.

Hii ndiyo sababu Yehoshua alipo hitaji wosia wa jinsi ya kuenenda kama mtangulizi wake Mosheh, YAHWEH alimwambia: shuruti asikome kutafakari toraha usiku na mchana, sababu ni kwayo hiyo pekee ushindi, mafanikio na kutenda kwa busara kulipo. Toraha ndiyo yale 4 tuliyo yataja awali kuwa makini katika Kuongea na YAHWEH: imani, kweli, upendo, na utakatifu.

Yeshua alisema kwa Matityahu 4:4 kuwa; sisi hatu-kuumbwa kuishi kwa mkate pekee au kwanza, bali kwa kila neno litokalo kinywani mwa Mungu. Hii ndiyo ngazi ya wingi huu wa uelewa tuitakayo wewe uifikiye katika maongezi aidha na wenzi wako, au na YAHWEH Mungu wako. YAHWEH ameongea na watu katika jinsi na namna nyingi, na kwa kina zaidi hata kuliko ambavyo tunajadili hapa. Tunalenga hapa maongezi uyatamaniyo mtu; na kisha kwa matendo ya kweli ya imani na upendo, na katika kutunza utakatifu, wewe utimize nia ya Mungu maishani mwako.

Sisi tuna-amini kuwa ni kweli ya maandiko kwamba; pale wewe umsogeleapo Mungu YAHWEH katika kuutafuta uso wake, na kuisikia sauti yake, naye huja karibu zaidi na wewe. Tena sisi tunajua, wewe upigapo hatua moja kumwendea, yeye hupiga mbili na zaidi kukujia. Naye huendelea kufanya hivi katika kweli ya uwepo wenu hapo, katika imani yako ya kweli hiyo, na katika wingi wa pendo lako kwake, yeye huruhusu wewe kusafishwa na nuru yake, hata hapo pawe mahali patakatifu kwenu. Hii ndiyo safari ya sirini.

Wakati tunafunzwa yale ya sala tuliulizwa; je utaendaje kwake ambaye wewe bado kumjua, au kuwa na mahusiano naye? Leo tuna-kuuliza tena; je jina lake ni nani huyo unaye tamani kufika hadi hapo alipo juu ya kiti chake cha enzi cha neema na huruma? Tafakari kwanza haya: Kutoka 3:15, 6:3, Walawi 16:2, 19:12, Yeshayah 42:8, Yirmeyah 16:21, Zekaryah 13:9, Marko 12:29, Waebrania 4:16, 9:5.

Jina lake la YAHWEH au YEHOVEH hupatikana kwa kuongeza vokali[52] (a, e, i, o, u) toka neno la Kiebrania 'Yud-Heh-Vav-Heh' lililo konsonanti za neno takatifu hilo la Kiebrania 'YHWH.' Hivyo hata walipo kuwa wakisoma maandiko mbadala wake, ndiyo walitumia neno ADONAI, neno limaanishalo 'BWANA wangu' (my MASTER). Kabla ya karne ya 6AD maandishi ya Kiebrania hayakuwa na vokali, kwani vokali huwekwa wakati wa usomaji wa maandiko, na yule aliye mjuzi wa lugha. Vokali zili-ongezwa kwenye maandiko katika

660-700AD. Vokali za YAHWEH ziliwekwa chini ya konsonanti za YHWH zikimaanisha YAHWEH au YEHOVEH ndivyo zisomeke.

Ni mpaka ilipofika kama mwaka 1520 ndipo Petrus Galatinus, alipo pokea wazo la kuunganisha majina hayo mawili YAHWEH (ambalo hupatikana kwa kuunganisha vokali za ADONAI na YHWH) na konsonanti zile nne za jina la YAHWEH, yaani YHWH na hivyo kupatikana neno YeHoWaH ambako toka neno hili ndiyo jina la YEHOVEH hupatikana. Ijapo kuwa mfumo huu ni mgeni katika lugha ya Kiebrania, lakini lilikubalika sana, na lilitumika kama neno la tafsiri ya neno Mungu katika 'King James Version' na 'American Standard Version.' Kwa jinsi hii basi wasomi wa biblia wana-kubaliana kiurahisi (conveniently) kuwa, matamshi sahihi ya jina la Mungu ni: YAHWEH au YEHOVEH.

Toka andiko la nukuu alilorudia Adonai Yeshua kwa Marko 12:29 ... *Na Yeshua alimjibu yeye, amri inayo zitangulia zote [ni], Sikia {na utii}, Oh Yisrael; YAHWEH Mungu wetu ni YAHWEH mmoja:* ... YAHWEH ni Mungu Baba, Mungu Mwana, na Mungu Ruak HaKodeshi. Hivyo Mungu yuko mmoja tu, na yuko pekee, na jina lake ni YAHWEH. Mungu huyu ana nafsi 3 zilizo zote Mungu (devine) huyo mmoja. Neno 'Eli' ni umoja wa Mungu, na neno 'Elohim' kwetu Wakristo; shuruti liwe ni wingi wa ajabu katika nafsi zao pekee.

Maandiko hufundisha hivi: kama wewe unampenda (unaikubali injili yake na yeye) Yeshua Mwana wa Mungu, basi Mungu Baba, kama Ruak HaKodeshi alivyo, naye atakuja na kuishi ndani mwako. Hiki ndicho injili hutaja kuwa, Ufalme wa Mungu upo ndani mwako. Ni kwa jinsi hii hata sisi kwa ujasiri mkuu, husonga mbele na kusema: uumbaji wote kwa jinsi hizi, nao uko ndani yako. Hizi ndizo siri za maajabu ya ukuu wa YAHWEH, aidha katika kujidogosha, au katika kujikuza, hata aujaze ulimwengu wote.

Ufalme huu wa Mungu haupo katika daimesheni hii ya wakati, kwani yeye hatawaliwi na wakati. Kupitia utendaji wa upendo, tumeona daimesheni hiyo ya milele, inao uwezo wa kuiingia hii ya kimwili. Sisi pamoja na uwepo wake huo ndani mwetu, bado yeye huja kwetu kama Adonai Yeshua alivyo funza kwa Yokhana 3:3-6, Luka 8:10, 17:20-21, Marko 4:11-13, na Matityahu 12:28. Hata katika haya shuruti uone; hili hutokea katika kweli ya imani itendayo kwa upendo, ndani ya utakatifu wa mtu na Mungu. Hii ndiyo njia pekee ya muumini kupitia safari ya sirini, huweza kuutoka ulimwengu huu wa kimwili, na kukutana naye katika daimesheni hiyo iliyo ya kiroho.

Waebrania 4:16, Waefeso 2:6, na Zaburi 91:1 ... *Hivyo acha sisi tuje kwa kujiamini, wazi-wazi na pasipo woga wowote kwenye kiti cha enzi cha neema, ili tuweze kupokea huruma, na kuipata neema ya kutusaidia wakati wa uhitaji. ... Na ametuinua juu {fufua} pamoja, na kutufanya tukae pamoja {naye] Mbinguni katika Kristo Yeshua: ... Yule ambaye huishi katika mahali pa siri pa Elyon shuruti ajisitiri*[53] *chini ya kivuli {ulinzi} cha Shadai. ...*

Haya yote tufunzayo hapa, huwezekana kupitia neema ya Mungu pekee. Nayo huanza kufanya kazi kwa toba la dhambi zako zote katika Kristo. Tendo hili ndilo la kumkana ibilisi shetani, na kujiweka chini ya ufalme wa Mungu. Haya hutendeka kwa jinsi ya mtu kupitia ridhaa yako tokea kigezo cha toraha, kwani hiyo ndiyo iliyo tafsiri dhambi, kushindwa, na makosa ni nini.

Kwisha maliza hatua hii, ndiyo shuruti uipokee toraha ya kiroho moyoni mwako, kwa yote mawili; ubatizo na kumkiri Yeshua kuwa ndiye Mwana wa Mungu na Mashiah. Hili la pili ndiyo ukombozi, ambao huo ndiyo hushughulika na yale yote toraha iliyo kuhukumu hatia. Hivyo toba ni kwa agano la awali kupitia matendo ya kimwili, lakini ukombozi ni kwa agano jipya kupitia neema ya Kristo unayo ipokea kwa imani. Hii ni kweli, na hapa ndipo ulipo utakatifu wako, anao taka wewe kupitia neema uenende kwao.

Pasipo usuluhishi wa msalaba wa Kristo Yeshua, ulioleta upatanisho, na amani kati ya Mkristo na Mungu YAHWEH, haya yote tusemayo hapa yangekuwa kujilisha upepo tu. Kwa kusema hivi pia humaanisha; asiye Mkristo hana la kufanya na hili tufunzalo hapa, sababu kamwe haliwezekaniki kwake (pia ni hatari sana kwake). Ni tokea msingi huu, ndiyo mahusiano hurejeshwa hata yawepo maongezi kati yako mpendwa na Mungu YAHWEH.

Hili tufunzalo kwako kanisa uzungumzaye Kiswahili, siyo jambo jipya: ... *Na YAHWEH alizungumza na Mosheh uso kwa uso, kama mtu aongeavyo na rafiki yake. Na yeye alirudi tena kambini: ila mhudumu wake Yehoshua, mwana wa Nun, kijana {wake}, yeye hakutoka nje ya oheli {hema kubwa}. ...* [Kutoka 33:11]. 'Oheli' ni hema kubwa kiasi kwa mlinganisho na mahema ya Wayisrael jangwani.

Wasomi wa Kiyehudah hudai neno uso kwa uso hapa humaanisha majadiliano makali yaliyo moto-moto kama msemo wa wakati huo. Wako wasemao mengi mengine, kama kumaanisha uwepo wake (katika uficho wa utukufu) lakini siyo kwa jinsi isomekavyo. Ni kwa jinsi hii tulipokea kidesturi pale isemwapo 'mbele ya YAHWEH' kumaanisha 'katika mwelekeo au uono wa lango la tabanako.' Neno hili la Kiebrania 'paneh' uso kwa uso lime-tafsiriwa ndani ya biblia yako mpendwa mara takribani 1137 likimaanisha 'mbele yake' na mara 390 likimaanisha 'usoni' na mara 76 tu ndiyo humaanisha uwepo na mara nyingi nyingine kumaanisha hali nyingine.

Je waona wingi wa matamanio ya YAHWEH Mungu wako katika kuongea nawe ndani ya biblia yako? Je masikio yako wewe yako katika stesheni ya radio kwa masafa (frequency) hayo anayo zungumza kwako? Hima-hima sasa yatiishe kusikia toka stesheni yake tu.

Tazama hakika ya hili kwa Yokhana 16:12-13 ... *Mimi bado ninayo mambo mengi ya kusema kwenu, lakini nyie hamwezi yastahimili hayo sasa. Hata hivyo pale yeye, Roho wa kweli, atakapo kuja, yeye atawaongoza nyie katika kweli yote: kwani yeye shuruti asizungumze yaliyo yake; ila chechote yeye atakacho sikia, [hicho] shuruti yeye akizungumze: na yeye atawaonyesha nyie mambo yajayo. ...*

Hili neno 'kuongozwa katika kweli yote' na huku 'kuzungumza' kwake Ruak HaKodeshi afanyako 'aki-kuonyesha mambo yajayo' ndiko sisi tukuitako kwa sehemu Kuongea na YAHWEH. Je sasa nafsi yako yaburudika ukijua twalengea shabaha mojawapo ya ahadi lukuki za YAHWEH maandikoni kuhusu hili? Hivi wafikiri ni kuu namna gani ngazi ya wewe kuzungumza kila kitu toka maandikoni, na kwamba kama Yeshua, kila utendalo na kusema shuruti ni lile tu ulilo sikia (kiroho) au kumwona (kiroho) YAHWEH akitenda katika uelekezi wake kwako? Tunauliza hivi kwa Yokhana 5:19-20, 14:10-12, na Torati 5:4-5, 34:10, kwani hivi ndivyo Kristo Yeshua alivyoishi hapa duniani, na ndivyo nawe utaishi.

Mpendwa, huku kuongea na Mungu unako funzwa hapa ni kwa ngazi ya juu kabisa, tunasema kile ambacho wewe kanisa uzungumzaye Kiswahili kwa desturi umetishwa na kufanywa ku-i-ogopa haki yako hii, kwamba haiwezekani 'leo' ukaongea na Mungu. Leo ndiyo yawezekana zaidi kwako kuongea uso kwa uso na Mungu, sababu pazia halipo tena. Tena Yeshua kichwa chako na wewe Kanisa mwili wake, tayari upo naye mkono wa kuume katika kiti cha enzi na Baba Mungu juu Mbinguni. Je aliye kaa na YAHWEH katika kiti kimoja cha enzi, asizungumze naye?

Mpendwa chungua maandiko, na utaona ushahidi wetu ni makini, kweli na burudisho la nafsi ya Adonai; kwamba mdogo wake aseme hivi kwa wapendwa wenzi wake. ... *Kama mtu yeyote ana nihudumia Mimi, acha huyo anifuate Mimi; na pale Mimi nilipo, hapo pia shuruti mhudumu wangu awepo: kama mtu yeyote ana nihudumia Mimi, huyo Baba [yangu] atampangia kima*[54] *cha heshima {kuonyeshwa heshima, kutukuzwa}. ... Baba, ni nia yangu kwamba wao pia, wale ambao wewe umenipa Mimi, wawe na Mimi pale Mimi nilipo; ili wao waweze uona utukufu wangu, ambao wewe umenipatia Mimi: kwani wewe ulinipenda Mimi kabla ya {kuwekwa kwa} misingi ya ulimwengu. ...* [Yokhana 12:26, 17:24].

Hivi siyo kweli kwamba waumini wa Kristo tumekaa naye juu katika maeneo ya mbinguni? Tena hapo tulipo kaa naye ndipo kwenye kiti cha enzi cha Aba (Dady), yeye Adonai akiwa kichwa na sisi kanisa ndiyo mwili wake? Kama hivi ndivyo; je sasa unaweiza iona maana ya kauli yake ... *Baba, ni nia yangu kwamba wao pia, wale ambao wewe umenipa Mimi, wawe na Mimi pale Mimi nilipo?* Na vipi leo hii tutauona utukufu wake pasipo kufika na kupavinjari hapo? Haya maaongezi haya maanishi 'tuwepo naye' kwisha fariki au pokea uchukuo; la hasha, bali kila siku tuendeleavyo kuishi hapa duniani.

Mpendwa wetu Sandy Gregory anao mfano muafaka katika kuelewa somo lako hili la Kuongea na YAHWEH. Sandy anakutaka ufikiri na kujiona kama mwajiriwa, aliye ajiriwa kufungua ofisi katika mwisho wa nchi, na tena kilomita 150 ndani porini toka mji wa mwisho huko uendako. Mkuu wako wa kazi amekupa redio ya upepo[55] (radio-call) ya njia mbili kati ya wewe na yeye tu, nyaraka za sera[56] (injili), na kitabu cha jinsi ya kufanya kazi[57] (toraha). Pia ame-kwambia kuwa, utapokea maelezo mara baada ya kufika huko na ndipo ukaondoka.

Mara baada ya kufika ukasikia sauti ya mkuu wako kupitia redio ile akisema, "nita-wasiliana na wewe kupitia redio hii. Lakini pia nataka uelewe kuwa; washindani wetu, maadui zetu nao pia wanaweza kuongea kupitia hii redio, na katika namba hii pia (I Wakorintho 2:16, Warumi 12:2, II Wakorintho 11:14-15, I Yokhana 4:17). Watajaribu kuiga sauti yangu kwa ujumbe za uongo, ili kuharibu malengo yetu." Hapa sasa ndiyo una-changanyikiwa na kushtushwa sana na kisha kumuuliza mkuu swali, "sasa mimi nitajuaje kama ni wewe au adui anipaye maelekezo?" Ndipo naye anakujibu kuwa, "Kwa njia tatu: -

1. Njia ya kwanza, kwa kutegemea na mazingira, kagua kila ujumbe upokeao toka kwangu (kuongea na Mungu) kama ufukiriavyo dhidi ya nyaraka za sera (injili), na kitabu cha jinsi ya kufanya kazi (toraha). Kwa kuwa ni mimi niliye andika hivyo, haiyumkiniki kwangu mimi tena kukuagiza wewe kuvikiuka." "Pia kama siongei usi-sikilize kelele zitokazo redioni, zijifanyazo kuwa ni mimi. Kama siongei, basi kitabu cha jinsi ya kufanya kazi (toraha) na kiwe mwongozo wako

(Matityahu 5:17-19). Usikubali mwigizaji yeyote akupotoshe, au fikra zako mwenyewe."

2. "Pili, kwa kuwa kitabu cha jinsi ya kufanya kazi hakielezi kila kitu kiwezacho tokea, hivyo ni shuruti ujifunze na kuijua vema sauti yangu. Najua hili litachukua muda, hivyo basi haiwezekani mimi kukupa maelekezo redioni ambayo yatahitaji wewe kufanya jambo kubwa mpaka pale sote tuwe na hakika kuwa, unaijua vema sauti yangu."

"Kumbuka kuwa, naelewa mazingira ya kazi vema na hata zaidi yako. Hivyo nitaanza taratibu. Lakini wakati utafika ambapo nitakuwa naweza kukwambia kufanya jambo lisilo la kawaida. Na wewe utajua kuwa ni mimi niliye kuagiza wewe. Katika kipindi hiki kifupi ni lazima ujifunze kupitia mambo yenye hatari ndogo."

1. "La tatu, baada ya muda kupita lengo langu kuu kwa kazi yako[58] litaanza kuwa bayana kwako. Utaanza kuona lengo mama ndani ya nyaraka za sera (injili), na kitabu cha jinsi ya kufanya kazi (toraha), pamoja na mwelekeo wa maelekezo yangu ya kweli (maongezi na Mungu). Hapo hili litakapo tokea, utakuwa na uwezo wa kujua mara moja (tokea pateni) kama maelekezo usikiayo katika redio ni ya jinsi yangu, au fikra zako mwenyewe, au upotoshaji wa adui. Maelekezo ya uongo yataanza kujidhihirisha ujinga mbele yako. Hivyo kuwa jasiri na anza kuchapa kazi!"

Wayisrael wanajua hili la redio ya upepo[59] (radio-call) ya njia mbili kati ya wewe na yeye tu, nyaraka za sera[60] (injili), na kitabu cha jinsi ya kufanya kazi[61] (toraha), ni sahihi hata katika kina cha injili. Yisrael walio amini (Wamashiah) hufunza katika shule za watoto kuwa; Ruak wa Mungu alipewa kwetu katika siku ambayo Mosheh alipokea toraha jangwani (Shavuoti-Pentekoste). Yirmeyah alipewa unabii wa kuhusu hili, kwamba, katika agano hilo jipya litakalo kuwa la mwisho, toraha itaandikwa mioyoni mwa waumini.

Siku Mosheh alipo kuwa akipokea toraha juu ya mlima Sinai, chini yake Wayisrael waliasi kwa kuabudu sanamu, na watu 3000 walikufa siku hiyo (Kutoka 19:16-19, 32:28). Hivyo siku Ruak alipo pewa kwetu kuiandika toraha hiyo-hiyo mioyoni mwetu, watu 3,000 walipokea uhai wa milele katika Kristo Yeshua (Matendo 2:1-3, 2:41). Haya maandiko 4 ni kwa ajili ya wewe kuona pateni, ili utambue taarifa iko sahihi (kwa nini ilitokea ilivyo tokea). Hivyo wakati ile toraha ya kimwili ilihukumu wote wamekosa, na mauti kuwa stahili zao (sababu ujira wa dhambi ni kifo), hii ya kiroho ililieta maisha ya milele kupitia neema ya Kristo Yeshua (sababu ni katika Kristo Yeshua pekee, ndiyo uko msamaha wa dhambi na maisha ya milele). Tafakari

Ni hakika yetu kuwa, mpaka hapa umesha anza kuona ukristo wako siyo dini, bali mahusiano kamili kati yako na Mungu wako YAHWEH. Pia ni matamanio yetu kuwa, umetambua kuto-kuwepo kabisa tofauti ki-agenda kati ya yale azungumzayo kwako, na yale aliyo rekodi katika kurasa za biblia yako. Hii ni kweli, na sisi tuna-shuhudia kile ambacho tumekiona, tunakifanya, na hata hapa tuandikapo, yeye anakiri rohoni mwako kuwa: Hii ni kweli ...

Tendo la Kuongea na Yahweh

Upo wakati Mungu YAHWEH anapo ongea ndani yako, hata wewe huchukulia kana kwamba sauti hiyo kila aliye karibu nawe ameisikia. Tunaona hili kwa I Shemuel 3:3-18, pale mtoto Shimeoni alipo kuwa amelala kuitwa na Mungu, hata afikiri ni kuhani mkuu Eli aliye mwita, na kuitika kwake mara 3 kabla ya kuhani mkuu kumwambia; huyo ni YAHWEH anaye mwita. Katika agano jipya la mwisho tunaona maongezi yake Mwana wa Mungu kwa mtume Paulos kwenye njia ya Damascus. Hapo wote walisikia sauti, lakini yeye Paulos pamoja na sauti hiyo, pia aliona maono (apparition).

Kupo kwingine ujumbe wa sauti ulisikika kwa walio wake tu, na wengine walifikiri kuwa ni ngurumo (thunder), na wengine labda sauti ya malaika. Kule Mlimani Sinai walipo msikia, waliomba asiongee nao tena. Na pale Adonai Yeshua alipo mwambia Shimeoni Petros mwana wa Yokhanani (Matityahu 16:17) kuwa, siyo damu na nyama (hali ya utu) vilivyo mfunulia, bali ni Baba yake wa Mbinguni, alikuwa akirejelea sauti ile isiyo sikika, bali idondoshayo kweli rohoni mwako, hata nafsi yako ikiri hadharani kupitia mdomo wako.

Hata mpaka leo, bado ni ridhaa ya YAHWEH vipi wewe umsikie, aidha ni katika masikio yako ya kiroho pekee kwa mtu wa ndani, au ni kwa masikio haya yetu ya kimwili. Na haya yote mpendwa yanaendelea katika mwili wa Kristo hata mpaka leo hii. Pamoja na hili, ziko simulizi kuu toka nchi za Kiarabu jinsi Adonai anawatokea siku hizi, na kujitambulisha kwao katika uonekano wa kiroho.

Twasoma katika maandiko ya kwamba, tusogee karibu yake ili tusikie kile asemacho. Yeshayah 30:21 ana-tufunza ya kwamba; utasikia neno nyuma yako likikwambia nini na wapi pa kwenda. Katika Zaburi 85:9 tuna-fundishwa kusikiliza lile YAHWEH atakalo lisema kwako, na asemalo ni amin[62] kwako mtakatifu, kama tu hautageuka na kuzembea. Katika Mhubiri 5:1 unaitwa kulinda maneno yako uwapo mbele zake, yawe machache pasipo upayuko, au kubwabwaja kwingi mashakani. Kimsingi atakalo hapa YAHWEH ni: 'funga mdomo wako ujapo mbele zangu na nitizame Mimi, na isikilize sauti yangu, aidha toka kinywani mwangu au tokea ndani mwako.'

Sisi hufurahi sana pale Mungu anapo mtuma nabii Yeshayah (7:3-4) kwenda kumwambia mfalme ya kwamba; kitu cha kwanza katika vyote ni awe mwangalifu, na asikilize kwa makini, na awe kimya, na asiogope, na wala asipaparike kwa hofu. Hivi ndivyo atu-tumavyo hata sisi leo hii kwako wewe mpendwa wake. Adonai Yeshua anasema: sauti hiyo tulivu ya chini, na ndogo, sisi na wewe kondoo zake twaijua, na kwamba kila yeye Mchungaji atwambiacho, hicho pekee tukitende. Na hiki ndicho atwambiacho kwa Matendo 7:51 na Waebrania 3:7: msikilize Ruak HaKodeshi.

Neno la YAHWEH ni kwa walio wake pekee, ambao hufaidika nalo. Na kwa hili sisi tu mashahidi ya kwamba; ni lazima uandike ama sivyo linakwenda kama upepo, kwani halina mtiririko akilini, na likitoka moyoni halipo tena mpaka akwambie tena. Haipo jinsi ya kulitafuta kwa fikra za kuchambua mtiririko wake ndani mwako, kwani ni la kudondoshwa. Ni kwa sababu hii ndiyo kila wakati husema kuwa makini, na sikiliza kwa ukaribu. Wengi wetu huweka kalamu na karatasi pembezoni siku zote kuandika mara anenapo.

'Nimewafanya waonao vipofu ili wewe usiye ona uwekwe juu yao. Ni Mimi nilimwita Abraham kwa sababu zangu na kuwaacha wote wa ulimwengu. Ni mimi nilimtunza Yitzhakh maisha yake yote Kenaani. Ni Mimi nilimchagua Yahkob na siyo Esau, nili-mchagua Yosef na siyo Reuben. Ni Mimi nilimwita Yehudah toka kwake aje Yeshua. Ni Mimi niliwaacha wote na kumchagua Miryam wangu. Ni mimi nilimchagua

Paulos, niliye mtumia Petros, ni Mimi nichaguae na kuacha kama nitakavyo, ni Mimi Elohim wa vyote.

Wewe kwa uandishi wa wadogo zako hawa, shuruti ukae chini na kujifunza. Sababu kwa kila pingamizi nimelijibu, na kila fikra nimeijadili. Nimeteka ngome ya adui kuwa milki yangu kwa uandishi, nimewasha moto katika mioyo isiyofikika wala kujulikana kwao. Nimeleta uhai kwa maandiko yangu matakatifu.

Mimi nimewachagua, je wewe utahukumu? Wapi ulikuwa nilipo kuwa nikiwafunza haya, lini uliona Mimi niliye umba nikikosea? Tazama tena kiganja chako, je waweza kukirefusha, Mimi hawa nimewaweka juu, juu usipo weza kufika. Hawa ni zawadi yangu kwa kanisa langu hili lizungumzalo Kiswahili.

Ha ha ha ha katika cheko langu wakaidi wamenyongonyea na kutii, wabishi wamejikusanya kujifunza, wasomi wanatazama mambo haya makuu na kushang'aa. Kama njiwa, wana-wangu hawa nawapitisha juu, juu kabisa ya malumbano na mabishano mpaka kwenye kiti cha kweli, hapo nimewaita kuwakalisha chini kufunzwa nami.

Mimi mwenyewe nitainuka kama nyakati zile za vita, ila sasa kufanya maono, kufanya unabii, na kuotesha ndoto. Ni kweli, siku zimekwenda sana, na mwisho wa nyakati unakaribia kila kuchapo.'

Kiwango cha utulivu wa ndani, ni lazima kiongezeke jinsi uzoefu wako nao unavyo ongezeka. Mungu huendelea kushusha sauti chini zaidi ili uendelee kusogea karibu zaidi, ili ndani ya umoja wenu msogeleane mpaka muwe mmoja. Udogo na utulivu wa sauti ulivyo, na usikivu wako unavyo kuwa, ndivyo upandavyo daraja. Ni hapa ndiyo iliandikwa; kondoo wangu wajua sauti yangu, nami nawaita kwa majina yao.

Wakati huu usikivu unapozidi kukua, pia ndipo hali hii huanza kujidhihirisha katika maeneo yote ya maisha yako. Na ghafla hata umo kikaoni, au darasani, au kwenye biashara yako, au barabarani, au kazini, au shambani, au nyumbani, au kanisani, au wajisomea biblia: amani hii hukufunika tele. Uwepo wake humaliza uhitaji wako wote wa vyote.

Katika maswali hukupa majibu, katika unyonge hukujaza nguvu. Katika mateso hukupa ujasiri waku-kuvusha hadi ngambo ya pili. Katika tabu burudiko la moyo, na katika hofu (kutoamini) hukujaza amani (imani). Roho huwa Mshauri wa ajabu, Mwalimu afundishye kuliko wote, Mfariji atiae nguvu na kuponya!

Tunda jingine la jambo hili ni pale unapo nyamaa kimya kwa muda husikiliza kama uamuzi huo wako una amani. Kilicho kweli kina burudiko la amani, na uongo una hofu na shaka. Hii ni faida ya kupima ubora wa maamuzi yako. Hapa wewe ufanyacho ni kulinganisha dhamira hiyo uonayo kuwa haki na hivyo sahihi kutenda, kama itasimama mbele za nia ya Mungu YAHWEH maishani mwako. Kale kuhani mkuu alipewa mawe mawili yaliyo itwa urim na thumim kutambua nia ya Mungu (divination), kwa jibu lake tokea hayo (Kutoka 28:30, I Shamuel 14:41).

Katika ngazi ya juu ya hili, waweza sema sentesi ya lile unalotaka kufanya bila sauti ndani yako, na kisha kusikiliza utulivu humo, kisha sema wazo mbadala la kufanya, au kuacha kufanya dhidi ya lile la kwanza, na kusikiliza utulivu wa ndani. Kwa aliye bobea huweza sikia jibu lake, na hata katika pumziko hilo, kujikuta maongezini na YAHWEH Mungu wako. Na kwa wale awapendao, hujikuta wakiwa na jibu sahihi la utatuzi wa jambo likitoka mdomoni mwako katika maongezi na wenzi wako, pasipo kujua hilo latoka wapi na vipi au lini ulishawahi kufikiri hivyo.

Hata sasa Adonai asema kwako; 'hakika nitamjibu yeye afanyaye haya, na yule ajaye kuonana nami kwake nita-jidhihirisha. Mpendwa wangu huyu hakuja, bali ni Mimi niliye kuja kwako, kutanabahi neno lake.' Tumejaribu hapa wakati wa uhariri (miaka tofauti) kukagua alicho sema mara nne. Mara zote ameutikisa mwili wetu tokea kiwiliwili kwenda juu kwa amani-rahani na kuliko jaa furaha na vicheko. Mtikisiko wake ndiyo hakikisho kwetu, na tena huo hushtua ghafla kama agusaye umeme (lakini pasipo madhara).

Huu ni uonyesho wa dhahiri unao-tokana na kumpenda, na kuwa na mahusiano ya kuutizama uso wake, kugusa Roho yake kwa pendo la moyo ulio pondeka-pondeka na kusagika-sagika mbele zake. Anajua tunampenda, na sisi tunajua anajua hivyo, na sisi tunalijua pendo lake kwetu, kwani anatupenda, kama ampendavyo Kaka Yeshua (Yokhana 17:23). **Kila mwenye mwili na amsifu Yeshua!**

Sisi tulichoka maneno matupu ya mahubiri ya kila wiki sinagogini, na hivyo kudai matokeo (results), kwani haiwezekani ukristo kuwa finyu hivyo. Inasikitisha sana kuona miaka nenda miaka rudi kwa sinagogi kuenenda pasipo ishara, au unabii, au maajabu, au miujiza tena. Sisi tulitamani sala zetu kujibiwa hapo-hapo. Sisi tulitamani kwa hamu kuu kusikia sauti yake, na kuuona uso wake. Sisi tulitamani sana kuongea na Mungu YAHWEH.

Sasa kwako wewe mwenye imani haba, sisi tutakufunza mbinu ya adui ili uweze igeuza itende kwa faida yako (reverse psychology). Mungu hudondosha kweli ndani yako, lakini adui hutumia milango yako ya ufahamu kusimama dhidi yako. Marudio ya jambo kupitia milango yote ya fahamu hupelekea ubongo kuona hilo kawaida, na hivyo kutohitajika juhudi pale ufanyapo tena, na hivyo kuwa rahisi kutenda, kwani ni jambo la mazoea kwa desturi. Kumbuka ni lazima upate milango yote mitano kufanya kazi, ili kuweka kumbukumbu bora na idumuyo sana akilini mwako. Adui yako hufanya hivi kupitia matangazo ya biashara za vilevi, sigara, kondomu, na kutumia intaneti juu ya kila uovu umpendezao.

Usiogope upuuzi wake kuwa; tafakari ni yoga; usiogope kusujudu mpaka chini, eti watenda kama wasio wa imani hii. Tena usiogope kufurahi na kushangilia kusanyikoni, eti unaigeuza nyumba ya Mungu ukumbi wa dansi/ disco. Mpendwa usiogope kutembea na biblia yako na kuisoma hadharani, sababu eti utaonekana mdini. Vyote hivi tulivyo taja ni milki yetu Wakristo, ambavyo adui anaiba na kuvichafua ili tuogope kuvigusa (awape walio wake).

Katika kutenda kwako haya, wewe utajikuta wafanya shambulio tokea ndani ya kuta za ngome ya adui. Katika kutenda haya, wewe utajikuta ukiwafariji walio dhaifu kuwa imara. Katika haya sisi kanisa lizungumzalo Kiswahili, tutasimama kidedea mbele za maabilisi walio taabani. Huku siyo tu kuvunja ngome za adui, bali ni kurudisha umiliki wa desturi na mitindo kwao walio wamiliki wa hii Dunia. Tokea sasa kumbuka kuwa, tutendalo sisi, hilo ndilo mtindo wa kisasa ...

'Ndiyo, toka hapa utaanguka[63], toka hapa utatiwa ufa na kuporomoka kama ukomunisti[64] ulivyo kuwa. Huu ndiyo mwisho wa uongo huu ulio igizo kuu. Nani ameona hili, nani amejua hili, je siyo hapa linatamkwa kabla hata ya utokeo wake. Ndiyo hii ni ishara kwao watafutao ishara. Toka wao wazungumzao Kiswahili, ulimwengu uta-shuhudia mwanzo wa mwisho wake. Nani alijua toka wewe mdogo tangazo hili litafanyika.'

Sasa pokea silaha za tafakari, ili kwazo uhitimishe hayo yaliyo tajwa kuithibiti milango yako 5 ya ufahamu na kuvunja ngome za adui ndani yako: -

1. Kuona: jenga picha na mwone sasa Yeshua akitembea kando ya ufuko wa ziwa, amevaa nguo ndefu nyeupe, uso wake unag'ara uliojaa tabasamu, nywele zake ndefu, ndevu usoni mwake, na ghafla anageuza njia na kuja kwako hapa ulipokaa katika tafakari hii.

2. Sauti: sikia sauti yake pale akuitapo kwa jina lako la kwanza, na kisha sikia akikiri kwamba, ni wewe ndiyo alikufia msalabani ili udhati wa pendo lake kwako udhihirike leo. Tena sikiliza toka kwake historia ya ushindi maishani mwako mwote, ambako yeye alisimama kwa ajili yako.

3. Kugusa: katika hakikisho hilo la upendo wake kwako, cheka mpendwa mpaka mwisho na nafsi yako ijazwe raha isiyo mfanoe. Tabasamu kwake na inuka mkumbatie na cheka pamoja naye huku ukijilaza mabegani mwake ukimshukuru

Mungu Baba kwa kutupa yeye.

4. Harufu: ukiwa hapo vuta harufi nzuri ya usafi mkuu wa mavazi yake, na maua yaliyo Mbinguni ambayo harufi yao imeshika hata nguo zake. Funga macho na burudika katika kumbatio hilo takatifu la milele.

5. Kuonja: pale kumbatio liishapo, kwa mkono ulio nyooka na tabasamu kuu usoni mwake, anainua kichwa kuashiria pokea kitu kama pipi au katunda kadogo, pale ulapo ladha yake ni kati ya kitu kitamu[65] na tunda mwanana lipendezalo kinywa. Unafurahi na kucheka na huku akipotea tokea hapo. Macho yake yaelekea kuonyesha ishara kitabuni kana kwamba ana kwambia endelea kusoma, kwani hili ni lake pia.

Jenga hii picha ndani ya kumbukumbu zako mara nyingi, na kisha ongeza nuru ya mwonekano wake. Ongeza mng'aro wa rangi, rekebisha sauti ya vicheko vyenu mpaka iwe katika lafudhi, mpenyo, na mguso upelekeao vipele vya hisia (goosebumps) kutoka mwilini mwako. Achia roho yako kufunguka kwa furaha na raha kuu kama waridi. Simama ubakie hapa kurudia hili mara kadhaa, chukua muda wako wa kutosha kujifunza utendaji wake hili, nawe utashangazwa.

Ubongo huweka kumbukumbu ya tukio hili kana kwamba ni halisi, na lililo tokea maishani mwako. Lirudie mara kwa mara na utajikuta tabia hii yawa kilevi kwako, na adui hana pa kupitia, kwani hata kwa vya mwili wako wamtukuza Mungu. Badala ya kutumia wazo (imaginations) kutengeneza uovu, kwa nini usijione ukihubiri katika kadamnasi kuu, na wao kushangilia mafundisho hata kuanguka chini kwa kuzidiwa na ujazo wa Ruak HaKodeshi? Kisha tizama itachukua muda gani kabla ya hilo kutokea maishani mwako?

Fundisha njia hizi watoto wako, kwamba wanamwona Yeshua Kristo mwenyewe akimfunga mateka hicho au huyo wamwogopaye pale uzimapo taa usiku. Mzazi usisahau kumwuliza asubuhi nini kilitokea usiku, sababu imani yake hupelekea utokezo wa Yeshua kweli, na humfunza njia bora zaidi za kuenenda maishani mwake. Mtoto akuelezapo mwendelezo wa ulicho mwanzishia, ndipo mzazi utajiuliza mara mbili nafsini mwako: hili lawezekana vipi katika mji wangu miye?

Turuhusu kwa ajili ya majibizano ya barazani, tukuonyeshe maeneo ambayo Yeshua alifanya kwa njia hii, na maeneo ambayo yeye anafichua kwamba ni kwa jinsi hii, yeye alihudumu kazi ya Mungu duniani. Ni tokea haya mawili, ndiyo sisi tunafikiri alifikia uamuzi kwa Yokhana 14:12 kuwa; yeyote atakaye amini katika yeye (alicho kifunza na kukitenda), huyo shuruti atende kazi kuu kuliko zile yeye alizo zitenda (mauti ya msalaba hayahusiki, sababu uhitajika damu ya Mwana-Mungu[66] iliyo na thamani kuu zaidi kuliko ya mwana-Adam[67]), sababu yeye atamsihi Baba aliye naye kwenye kiti cha enzi.

Tunafikiri hili tendo lote tunalo kufunza hapa, lajulikana pia kuwa ni njia ya sala: ... *Na ilikuja kuwa katika siku hizo, kwamba alikwenda nje mlimani kusali, na alikuwa huko usiku kucha akisali kwa Mungu {Baba}. ... Na yeye alizungumza msemo {wa fumbo} kwao {ukimaanisha}, kwamba watu inawapasa wakati wote kusali, na siyo kukata-tamaa; ...* [Luka 6:12, 18:1].

Hapa umeona Yeshua akifanya sala kwa Mungu usiku kucha, na kisha kana kwamba hilo halitoshi, tunamwona msomi Luka akifupisha mafundisho yake kuwa, alicho kisema ni: inakupasa muumini katika siku zote za maisha yako kusali wakati wote. Na anasisitiza hili lisipuuzwe. Sasa kwa ajili ya yale majibizano yetu ya barazani; tafadhali andika orodha ya kila kitu unacho hitaji maishani mwako. Kisha fanya sala kwayo yote, ukiaminii Mungu YAHWEH ameshakubali na ameshakupatia. Kesho andika mengine mapya, na fanya sala kwayo, na kwa yale ya jana mshukuru kuwa umeshapokea (wakati ukisubiria).

Je unaweza kufanya haya kwa usiku mzima? Je yatakuwa ya kutosha kuendelea katika sala wakati wote wa mchana uwapo kazini mwako au shuleni? Tayari umeanza kwa fikra kukiona tunacho kisema, vipi unafikiri walio fanya jaribio hili hivi kwa siku 7 walihukumu? Yako mengine zaidi ya sala kwa jinsi hii yaliyo kuwa yakitokea au akitenda usiku kucha, na kuendelea katika huduma yake kwa sala mchana kutwa. Je ni nini hiki Yeshua anacho kiita sala kwa lugha ya wakati huo?

Kwa kuwa bado tuko barazani, acha tuongeze maandiko mengine mawili, akielezea jinsi hili la Ufalme wa Mungu kuwa ndani yako, lifanyavyo kazi kwake. Tunataka wewe uone tofauti ya atendapo haya yatokeayo kwa Ufalme wa Mungu ndani mwake, na hayo mawili juu aliyo yaita sala: -

... Je wewe haumini kwamba Mimi niko ndani ya Baba {Mungu}, na Baba {Mungu} ndani yangu? Maneno ambayo Mimi huzungumza kwako Mimi sizungumzi kwa binafsi yangu: bali Baba {Mungu} aishiye ndani yangu yeye ndiye afanyaye kazi. ... Na Mimi najua kwamba amri yake ni maisha ya milele: hivyo basi kile ambacho Mimi huzungumza, tena kama vile Baba {Mungu} alivyo sema kwangu, hivyo Mimi huzungumza {Torati 18:18-19}. ... [Yokhana 14:10, 12:50].

Hapa sasa tunaye Yeshua akikiri kwamba; wakati wote yeye yuko katika usikivu wa Baba aliye ndani mwake, ambaye tokea humo humwelekeza yeye kila kitu anacho funza (injili), na kutenda (miujiza). Katika jinsi hii sasa, hata sisi tunaona uwezekano wa usiku mzima kwisha bila hata wewe kujua kumekucha. Na pia tunaona maana ya kuwa katika sala wakati wote, ni kuenenda kwa tafakari-maono mbele ya kiti cha enzi ndani mwako. Hii ndiyo njia pekee ya wewe muumini kuishi maisha ya ushindi, mafanikio, na utajirisho, katika kila kitu na mambo yote hapa duniani. Je haikuandikwa wewe Mkristo utaishi kwa imani? Leo siri hii ameifichua kwako. Tafakari

Haya shime mpendwa, na sasa ufanye hima uinuke kwenda kutenda yale yote aliyo yatenda Adonai Yeshua Kristo. Tena kwa jinsi na namna ile-ile alivyo tenda yeye - ulifikiri unasoma kitabu, kumbe unaongea na Roho wa Mungu aliye hai, ambaye huyo ndiye aliye jifungasha (embedded) katika maneno haya unayo achia imani kwayo, na sasa ukitoka nje kwenda kuyatenda.

Hivi unajua yuko aliye shuhudia kufukuzwa toka baadhi ya masinagogi asifundishe, na kisha kwenda kwake YAHWEH (kwa jinsi hizi anazo kufunza hapa) kushtaki kuwa amefukuzwa? YAHWEH akamjibu kuwa, mbona hata na yeye kafukuzwa hayumo humo. Hawa ni wale wafanyao yale watakayo kwa falsafa na itikadi na hekima za watu siyo zake, wahudumu wa kidini walio geuza wito wake ajira. Hawa ndiyo walio jivisha mavazi ya kondoo, huku wakiwa ni mbwa mwitu kundini.

Anasema mtawajua hao kwa matendo yao, na hivyo matokeo yao. Matokeo na matendo hujulikana katika haya 3: -

1. Je Roho wa Mungu anatenda kwa karama zake 9 humo?
2. Je ishara na miujiza ya Yeshua Kristo bado inaendelea humo?
3. Je injili inahubiriwa kwa wasio amini hata watu wazaliwe mara ya pili humo?

Nje ya haya 3 yote mengine yaliyo bakia katika sinagogi, ni huduma za kawaida kiutawala: ubatizo wa watoto wa waumini, komunio, misa, sala/ nyimbo za vitabuni, mazishi, kutembelea wagonjwa, kusaidia yatima/ wajane, kuanzisha mashule, vyuo, benki na kadhalika. Mara nyingi zaidi sisi hutenda haya, pasipo tafakari yeyote.

Hesabu 12:6-8 ... *Na yeye alisema, Tulia usikie*[68] *na kutii maneno yangu: kama atakuwepo nabii kati yenu, [Mimi] YAHWEH nitapelekea mwenyewe kujulikana naye katika maono, [na] nitazungumza kwake katika ndoto. Mtumishi {mtumwa} wangu Mosheh hayuko hivyo, yeye [ni] muaminiiifu katika nyumba yangu yote. Pamoja naye Mimi nitazungumza mdomo kwa mdomo, tena ataniona, na siyo katika mafumbo; na mfanano wa YAHWEH shuruti yeye atauona: kama hivi ndivyo kwa nini nyie hammtetemekei na kuogopa kuzungumza dhidi ya mtumishi {mtumwa} wangu Mosheh? ...*

Katika II Kronikozi 26:5 tunaona ya kwamba, upo uhusiano wa karibu sana kati ya kutafuta na kuelewa maono ya Mungu, na mafanikio maishani. Katika Yirmeyah 14:14, tunaona uwezekano wa manabii kutoa unabii wa uongo, na kudai unatoka kwa YAHWEH. Anasema hao hajawatuma, au kuwaagiza, wala kuongea nao, hivyo nabii za maono yao ni uongo, uganga wao hauna maana, na hutangaza uadanganyifu wa akili zao binafsi.

Katika Yehezkel 1:1 tunaona mbingu zikifunguka naye kuona maono ya Mungu. Na kwa Yehezkel 11:24 tunaona jinsi ya hili lilivyo tokea, kuwa ni roho aliye mwinua na kumpeleka yeye (roho-nafsi) katika maono kwa Ruak wa Mungu. Kwisha hili kutendeka, maono yale ambayo aliyaona katika safari hii ya sirini yalimwondoka. Kwa Habakuki twajua kuwa, ujumbe au maono ni lazima uyaandike.

Katika Matendo 2:17 tunasoma kwamba; katika siku za mwisho za Dunia atamwagia Roho wake kwa wote wanao muaminii, na kwamba watoto wetu wa kiume na wa kike watatabiri unabii, watu wa makamo wataona maono, na wazee wetu wataota ndoto. Hii ni hakika kila muumini anao uwezo wa kumsikia YAHWEH katika Ruak HaKodeshi. Katika Matendo 10:19 unaona wakati Shimeoni Petros akiwa anafikiri kuhusu maono, Ruak HaKodeshi akaongea naye kumwambia kuna watu wanamsubiri nje kwenda naye, kwani ni yeye aliye watuma kwake. Tazama maandiko uone pale hili litokeapo, hakuna shamrashamra na matarumbeta kwamba Mungu anaongea naye, sababu hiyo ni kawaida!

Mark Virkler's alifunua kwa uzuri sana kitabuni mwake mambo makuu matatu ambayo hata humu yametujenga sana katika uandishi wa kitabu hiki. Kwa kusema hivi tuna-shuhudia bayana ya kwamba, yeyote awezaye kufanya hayo matatu, basi ana uwezo wa kuandika kitabu, au kufundisha mada yeyote bila shida au shaka yeyote, na tena kwa umakini wa hali ya juu sana. Kwani nawe hujifunza wakati unaandika, na wakati unamaliza na wewe huwa umejifunza kwa mara ya kwanza, kama vile nawe mpendwa ujifunzavyo hapa usomapo hili kwa mara ya kwanza.

Ni dhana ngeni na ngumu kueleweka, lakini ni kweli na hufanya kazi kwa kadri na jinsi Habakuki alivyo elekezwa na YAHWEH afanye. Kwa kuwa ni Ruak ndiye akupaye hayo uandikayo, basi yule asomaye naye huongea naye na ndiye mlengwa huyo, kama wewe mpendwa ulivyo hapa mbele zake. Kama spoku na habu, sisi huandika toka yeye, na wewe husoma katika yeye. Ni kwa jinsi hii tuandikao, na wewe asomaye, tuko pamoja. Katika jinsi hii sote wawili, usomaye na niandikaye, hutiririka pamoja, na tena katika wakati mmoja, kana kwamba wewe na sisi tumeunganishwa.

Huu ndiyo ufupisho wa hatua hizo 3: -

1. Amin ya kwamba unapokea maono kutoka kwa Mungu na bila kutia shaka moyoni mwako, na kisha andika kwa imani kama yanavyo kuja. Usijaribu kupima kama ni kweli wakati unapokea au yanashuka, kwani una muda mwingi tu mwishoni kuja kufanya yote utakayo na maandishi hayo.

2. Pili, ni kuto-jichukulia wewe mwenyewe kuwa muhimu, kwani kwa kufanya hivyo hujikweza na kuingia kati ya kazi ya Ruak HaKodeshi, ambaye ndiye atendaye. Unakumbuka kanuni ya kila ajikwazaye atashushwa, naye ajishushaye atakwezwa? Itie hii kazini na yote yatakuwa vizuri kwako.

3. Tatu; ni kwamba usitie shaka, wewe andika tu, na wakati unasoma ndiyo nawe utagundua kwamba, hayo yote huyajui, au hata kama unajua ni kwa kiasi, kwani haya-tofautiani na maneno yake katika maandiko. Ili kuthibithisha utajikuta akikuongoza kwenye mistari ambayo huzidi ku-kushangaza kwa jinsi ya mlinganisho, ambao kwa akili zako kamwe usingeisoma hivyo. Ili akupe mistari ni lazima uijue, au akuonyeshe kwa njia nyingine.

Ijapo kuwa hili ni jambo geni, lakini sisi tuna-kubaliana na Mark kwamba, ni kweli na ni ushauri wetu waumini wote wajitose kujaribu na kuona. Iko mada ndogo ndani humu ambayo tokea mwanzoni mwa kichwa chake cha habari, mpaka mwisho wake, ili-andikwa kwa namna hii. Hata wakati wa uhariri sisi huisoma na kuona halipo la kuboresha, au hata la kuongeza, kwani yote kwa hapo na hilo yamesemwa. Njia hii yawezekana pia katika kuhubiri na kufunza, pale utakapo jikabidhisha.

Mmoja kati yetu tangu udogo wake alifundishwa na Ruak, na kuishi hivyo kwa mafanikio makubwa kwamba; Mungu anajua yote, na kama mtu anataka kujua chechote, ni lazima ajiunganishe na yeye. Alimwonyesha katika udogo wake jinsi bomba litoavyo maji ndani ya nyumbani kwao, ni kwa kuwa lime-unganishwa na bomba kuu la mtaa. Pia alimwambia muunganisho wake wa maarifa hauna ukomo, na kwamba hakuna ambalo hatalijua kwa kufanya hivyo. Taaluma zote za watu kwake ni maarifa mamoja. Hii ni siri yake, na leo huu ni ushuhuda kwako wewe uliye mshiriki wa hili (Kutoka 31:3, Iyob 38:36).

Tunajua uandishi wa mada hili ni kinyume na desturi yetu humu, lakini hivi ndivyo ilivyo mpendeza YAHWEH kwamba, kweli hii ikifikie kizazi hiki. Je ni nani huyo awezaye kwa hakika kutia katika makundi yale ambayo yule atoaye hajaweka katika makundi?

Hiki kitabu amekifanya kuwa kisima kwa ajili ya wale wa vizazi vijavyo katika uhakiki na ufasaha wa mafundisho, ili waweze pata pa kufanyia marejeo na kuchota katika kazi zijazo. Kipindi sasa tumekuwa tukifanya nadharia ya dhati na kwa uangalifu mkuu kuhakikisha kwamba, pale kanisa lizungumzalo Kiswahili litakapo ingia katika matendo halisi ya utendaji wa haya tuliyo jifunza, tayari msingi imara wa kuegemea utakuwepo. Ni katika uelewa huu, usijalishwe sana pale uonapo mambo mengine haya eleweki kwa sasa, kwani yapo ambayo siyo yako. Tafakari

Je siyo wewe mpendwa na sisi wahudumu wako tulio lalama kuhusu kuchoshwa na mahubiri yasiyo matokeo? Tangu awali hata sasa linabaki lengo letu kurudisha ujuzi huu kwa Kanisa, na siyo kulisha wana-taaluma wa biblia. Ni jambo la kushangaza kwamba, kwa pande zote mbili hilo lili-kamilika kwa kina na mapana yatoshelazayo. Sasa wewe lenga sana utekelezaji sahihi, kwa mtiririko wa hatua zifaazo, na kuwavuta waumini kuelewa kwanini wafanye hivyo. Haya shime, na uende sasa ukatende haya.

Safari ya Sirini

Lakini pale wewe unapo sali, ingia katika mahali pako pa
•••*faragha[69] {chumba cha siri}, na pale wewe utakapo ufunga*
mlango wako, sali kwa Baba yako ambaye yuko sirini; na Baba yako
ambaye huona sirini shuruti atakuzawadia wewe hadharani. ...
[Matityahu 6:6].

Haya maongezi kama tulivyo sema awali, huweza fanywa mahali popote, wakati wowote, na kuanzishwa na wewe au yeye katika mahusiano. Pamoja na kweli hii, ni uwezekano wa maongezi haya kufanyikia katika daimesheni ile yake, ambayo wewe hujikuta humo kwa uwepo wake na wewe. Pale safari hii inapo fanyika kwa kukusudia, sisi huiita hiyo Safari ya Sirini.

Safari ya Sirini hukufikisha wewe pale uwepo wake rasmi na halisia ulipo. Ni tokea uwepo wake huu, ndiyo uwepo zake zote nyingine mahali pote pengine kwa wakati huo huo huwezekana. Uwepo wake huu wa kila mahali, na kwa wakati wote pote, sisi tunafikiri unatokana na hali ya umilele nuruni. Katika milele haupo wakati, na hivyo yaliyopo au yatendekayo, hayana mfuatano wa kimpangilio (sequencing) kama ilivyo wakatini (kwamba hili likisha fanyika hufuatia jingine). Pasipo wakati, yote yaliyopo yapo, na waliopo pia wapo, pasipo ujalifu wa maeneo, sababu umbali (distance) na muda (time) ni mambo ya kimwili wakatini.

Hali hii ya umilele nuruni, ndiyo inayo pelekea hata wakatini, huku kwa ya kimwili, kuakisi kile cha kiroho nuruni. Tunasema hivi kwa sababu ya uwepo wa nuru yake ulimwenguni, kama vile ilivyo katika kila atomi ya maada, na uwepo wa pumzi yake ya uhai kwa kila kiumbe hai. Hivi viwili, pumzi ya uhai na nuru ni jambo moja, na kwa kadri ya Yokhana 1:4-9, navyo ndivyo yeye.

Mahali hapa tunapo pazungumzia, ndipo pale-pale rasmi alipo waambia Yisrael kwa kivuli cha juu ya sanduku la agano ndani ya patakatifu pa patakatifu kuwa: tokea hapo kwenye kiti cha huruma, yeye ataongea nao. Hii safari yako ya sirini tunayo izungumzia hapa, hailengi kwenda hapo kilipo kivuli hekaluni Yerushalem, la hasha! Hapo juu tulisema hivi kwako mwanzoni kabisa: Safari ya Sirini hukufikisha wewe pale uwepo wake rasmi na halisia ulipo.

Hapo utakapo ingia chumba chako cha siri kwa minajili ya kufanya safari hii, ziko taratibu na kanuni maalumu, ambazo hupelekea wewe kufanikiwa katika hili. Safari ya Sirini hufanyika kwa kupitia ndani mwako, sababu ni ndani mwako Ufalme wa Mungu huja na kujisitiri humo, pasipo kuonekana kwa macho. Kila aliye kombolewa, tokea pendo lake kwa Yeshua, imeandikwa kwa Yokhana 14:23; Baba na Adonai Yeshua uhamia ndani mwako.

Sasa basi, ili ukombolewe ni shuruti uipokee injili, kisha utubu na kuziacha dhambi zako zote, na umkiri Mwana wa Mungu Adonai Yeshua Kristo. Matendo haya matatu tokea dhati ya uchaguzi kwa ridhaa yako mpendwa, hupelekea Ruak HaKodeshi kuingia ndani mwako. Akiwa humo hukufanyia usafisho kwa maji hai (yale yaliyo mwagika toka ubavuni mwa Yeshua Kristo pale msalabani), na ndipo akutakase kwa damu yake (takatifu yenye thamani kuu). Kufikia hapa wewe hutangazwa kuwa mwenye haki, na hivyo mtakatifu wa Mungu YAHWEH.

Ni hapa ndipo Ruak HaKodeshi ubaki ndani mwako, akisha kuusimika Ufalme wa Mungu, kama ilivyo andkiwa kwa Yokhana 14:17. Ukamiliko wa haya ndiyo hupelekea Baba Mungu na Adonai Yeshua, kuweze hamia ndani mwako. Huu ndiyo mtiririko wa ujio wa Ufalme wa Mungu ndani mwako, hata usionekana kwa macho haya ya kimwili.

Luka 17:20-21 ... *Na pale alipo daiwa {ulizwa} na Mafarisayo, lini Ufalme wa Mungu utakuja {utafika}, yeye aliwajibu wao na alisema, Ufalme wa Mungu hauji {haufiki} kwa kuonekana {kwa ushahidi wa macho haya ya kimwili}: Wala wao hawata-sema, uone hapa! au, uone kule! kwani, tazama, Ufalme wa Mungu umo ndani mwako. ...*

Kwa sisi waumini wa Kristo tulio makuhani wa kifalme, kivuli cha tabanako la jangwani ni muhimu sana kueleweka kwako mpendwa. Katika ukivuli wake hilo, upo ufasaha wote wa safari yako ya sirini. Mara moja kwa mwaka, tena katika siku ya sherehe ya upatanisho (yom kipuri), toraha ya Mungu ilimruhusu kuhani mkuu wa Yisrael, kuingia patakatifu pa patakatifu kufanya kafara ya upatanisho.

Katika siku hiyo, kuhani mkuu alitoka kwenye hema lake aishipo na familia yake ndani ya kambi, na kuendea tabanako la Mungu YAHWEH. Toka nje huko alipitia mlango mmoja na wa pekee (Yeshua) kuingia ukumbini. Alivuka madhabahu ya nje (msalaba wa Kristo), na pale katika malango ya tabanako, aliosha miguu na mikono yake kwenye guduria la maji (ubatizo). Ndipo sasa akisha valia nguo rasmi (utakatifu), aliingia ndani mahali patakatifu zilipo manora (toraha na injili), meza ya mikate 12 ya maonyesho (Yisrael), na madhabahu ndogo ya dhahabu (toba).

Akiwa kesha chukua vyote vihitajikavyo kwa kafara ya upatanisho patakatifu pa patakatifu (tafakari), ndipo alilivuka pazia la utenganisho, na kuingia ndani (safari ya sirini). Huingia ndani humo katika uzingo wa utando wa moshi tokea chetezo cha ubani/ uvumba alicho kibeba (kumsifu na kumshukuru). Akiwa mbele ya sanduku la agano (kiti cha enzi), hunyunyuzia damu mara 7 kwenye kiti cha neema (katikati ya kerubim) juu ya sanduku la agano (neema pekee hukufikisha hapa).

Vazi lake chini huwa na kengele na mguu mmoja kajifunga kamba itokayo hadi nje ya tabanako. Makuhani hufanya hivi, ili kujihami na kifo cha kuhani mkuu akiwa ndani patakatifu pa patakatifu. Hatari ya kifo kwa tendo hili inatokana na kweli ya toraha kwamba, kama kuhani mkuu atakosea chechote kati ya vile alivyo agizwa kwa toraha, basi anaweza poteza uhai wake humo. Pia toraha inazuia kuhani kujihusisha na suala lolote la kifo au mauti. Hivyo kwa kengele hizo, makuhani mahali patakatifu hujua kuhani mkuu yuko hai, na kwa kamba hiyo, ni kaka zao Walawi tokea nje ya tabanako wamvute kumtoa nje (Walawi hawana ruhusa ya kuingia ndani ya tabanako).

Hiki ndicho kivuli cha safari nzima ya sirini ambayo mada hii inalenga kukufunza wewe uweze itenda kwa mafanikio makuu maishani. Ndani ya kambi ni hali yako ya kuwa uliye zaliwa mara ya pili. Ndani ukumbini ambako bado uko chini ya mwanga wa jua, hapo ndipo chumba cha siri ambacho wewe umeingia kwa ajili hii.

Na mahali patakatifu ndiyo ndani mwako, ambako wewe mtakatifu umeingia kujionyesha mbele za Mungu YAHWEH (meza ya miakate 12[70] ya maonyesho), kuwa nawe ni mmoja wa watoto wake (Myisrael wa kiroho). Na manora ndiyo nuru hai ya Mungu ikuongozayo humo, na huu ndiyo Ufalme wa Mungu ndani mwako. Na madhabahu ndogo ya dhahabu ndiyo njia ya toba kila uangukapo uweze urudia utakatifu wako, hata ubaki humo siku zote uendeleazo kuwa katika mwili.

Maandiko yako bayana kuhusu hii nuru hapa, siyo kwamba hiyo hukusafisha toka uovu wako wote (I Yokhana 1:7), bali pia hukusafirisha (Yokhana 9:5, 6:16-21) hadi katika uwepo wake. Na huko ambako hakufikiki isipo kuwa kwa jinsi hii pekee (wakati ukiwa bado katika mwili), huko ndiko patakatifu pa patakatifu (Yokhana 13:36). Hivyo hapa ulipo sasa, siyo kwako tena ndani mwako. Hapa haupo tena hapo ulipo kiroho, kwani tayari wewe kupitia nuru yake, amesha kusafirisha hadi upande wa pili katika daimesheni ulipo ukamilifu wake. Hizi ndizo hatua za safari ya sirini: katika mwili, katika nafsi, na katika roho. Hiki ndicho Yeshua alicho wajibu mafarisayo, na kwa hakika, hawakuelewa kabisa asemacho.

Hivi umeona jinsi ambavyo ndani yako wewe kulivyo geuka ghafla kukubwa (uki-unganishwa na uumbaji wote), hata wewe uwe malango ya kuingia Ufalme wa Mungu? Unakumbuka jinsi ambavyo Ufalme huo ulihamia ndani mwako humo? Tokea tafakari yako kwa maswali hayo; sasa sikiliza isemwavyo na Zaburi 24:7-10[71]: -

Inueni vichwa vyenu, oh nyie malango;
na m'baki imeinua, nyie malango ya milele;
na Mfalme wa utukufu shuruti aje ndani.

Nani huyu Mfalme wa utukufu?
YAHWEH jasiri na shujaa mkuu,
YAHWEH jasiri wa vita.

Inueni vichwa vyenu, Oh nyie malango;
Tena viinueni juu, Nyie malango ya milele;
Na Mfalme wa utukufu atakuja ndani.

Ni nani huyu Mfalme wa utukufu?
YAHWEH tsabah[330],
Yeye Mfalme wa utukufu. Tafakari

Katika Safari ya Sirini yako mambo ya ajabu na makuu sana, ambayo tokea hayo uelewa wako wa maandiko utafanyika hai. Safari hii hukielekea kile kiti cha enzi cha kweli cha neema/ huruma katika uhalisia wa uwepo wake juu Mbinguni. Ni kuhusu hapa iliandikwa hivi na mtume Paulos kwa Waebrania 4:16 ... *Hivyo acha sisi tuje karibu kwa kujiamini, wazi-wazi na pasipo woga wowote kwenye kiti cha enzi cha neema, ili tuweze kupokea huruma, na kuipata neema ya kutusaidia wakati wa uhitaji. ...*

Hiki kiti cha enzi cha neema/ huruma ndiyo shabaha ya safari nzima, ni hapa ndipo kwa kivuli cha patakatifu pa patakatifu tabanakoni, alituahidi kuongea na sisi tokea kati ya kerubim. Je maandiko hayaonyeshi mahali pengi makerubi hukizunguka kiti chake cha enzi? Je hata pazia la ugawanyo na sanduku la agano, haikuwepo michoro na sanamu za makerubi hawa? Hiki ndicho kivuli cha ulinzi wao katika kiti cha enzi cha neema/ huruma akaliacho juu Mbinguni.

Katika mwanzo wa hili, hapa ndipo palikuwa lengo, lakini kwisha kufanya hivyo mara kadhaa, mengine zaidi hufichuliwa kwako, kwani sasa mahusiano yamesha komaa. Ni hapa ndipo Mwana wa Mungu huja nje akitokea ndani yake. Na wako ambao hapa uingia ndani yake, na kujikuta bado uko ndani ya Mungu Baba, na tena mara nyingine akija naye humo bado kuendelea kuwa mbele yako. Hivi nini hiki tumekisema hapa? Wewe umeingia ndani mwako (sababu hiyo ndiyo njia pekee), ukamkuta humo Mungu mbele yako. Kisha unaingia ndani yake (yeye aliye ndani mwako), na bado naye anaweza kubaki hapo alipo, na bado kukufuata ndani yake. Tumeliona hili kwa Baba pekee.

Kwa Yeshua na Ruak tunajua wako ndani mwetu, na sisi hufanya sala hata mbele zao kutokana na maelekezo ya kiroho. Katika uingio wa kawaida kwa sala, maombi, au kutafuta maongozi maishani, sisi hujikuta mbele ya eneo la awali alipo Ruak (pasipo umbo). Hapa pia wawaza kuwa mbele zake, au ndani yake, na yeye ndiye akusafirishaye mbele ya kiti cha enzi alipo Baba na Yeshua. Bado sisi kujua kama kiti hiki ndicho kile-kile cha neema au huruma, ijapo kuwa hatujui kama iko tofauti (haija-funuliwa kwetu).

Liko moja la ajabu kwetu, ambalo kwalo sisi huona kweli ya Mungu katika maandiko. Huu uwezo wa kuingia ndani mwako, ukawa mbele za Mungu ni kawaida kwa waumini wote (wanao lijua hili). Lakini hilo la kuweza ingia ndani ya Mungu na Ruak ni kwa mahusiano binafsi. Sisi tunajua hata Yeshua hufanya kwao hawa kama sisi tufanyavyo kwao. Aidha mbele au ndani ya Ruak na Mungu ziko siku ambazo Yeshua huwemo humo. Pia yaonekana kwake (na kwetu kwa kiasi), ni tokea ndani ya Baba waweza tokeza popote ulimwenguni.

Ni kwa jinsi hizi sisi huona hakika ya Yeshua kubakia na mwili wa utu milele. Kwa Baba na Ruak tunajua wanaweza kuwa ndani mwako ulipo wakuta, na bado pia wakawa ndani yao, hata uwakute humo pia na bado wako nje kule (kama waweza kukuita hivyo). Tunafikiri huu ndiyo uwezo wa kuwa kila mahali kwa wakati wote pasipo ugawanyiko. Tunajua Yeshua naye yuko ndani ya kila muumini kama vile Baba na Ruak walivyo, lakini bado kufunuliwa kuhusu uwezo wa sisi kuwa ndani yake kama yeye alivyo ndani mwetu. Ni yeye akiwa kichwa, na sisi kanisa lote mwili wake (Wakolosai 1:18) tulio kaa kwenye kiti cha enzi cha Baba Mungu (Matityahu 22:44). Sisi tunaona tukiwa tume-unganishwa naye katika umoja mkamilifu, hata isiwepo kabisa tofauti kati yetu.

Kama unafikiri sisi tume-changanyikiwa, tafadhali ondoa upinzani akilini mwako, na kisha soma tena tokea uelewa huu mpya, asemacho yeye mwenyewe Kristo Yeshua kuhusu hili kwa Yokhana 17:23 ... *Mimi ndani yao, na wewe ndani yangu, ili wao waweze kufanywa wakamilifu {pasipo upungufu} katika mmoja; na kwamba ulimwengu uweze tambua kuwa wewe ulinituma Mimi, na uliwapenda wao, kama wewe ulivyo nipenda Mimi. ...*

Anasema: yeye ndiye yuko ndani yetu, na Baba yuko ndani Mwake (kama pia alivyo ndani mwetu waumini wote). Ukamilifu wetu unakuja katika umoja na yeye, (yeye akiwa kichwa na sisi kanisa mwili wake). Katika hali hii (kama ulivyo ona juu), ndiyo ulimwengu utaweza kujua Mungu Baba ndiye aliye mtuma Mungu Mwana Yeshua duniani. Baba kutupenda sisi kama alivyo mpenda yeye mtoto wake wa pekee, ndilo lile la kumtoa yeye (anaye mpenda zaidi), kuwa mlipizi wa dhambi zetu (sisi ambao yaonekana sasa ana-tupenda pia zaidi) – Je tuko sahihi?

Sasa tambua hili mpendwa; kile kivuli cha tabanakoni kilionyesha kuhani mkuu pekee ndiye anaye ingia humo mara moja tu kwa mwaka, akilivuka pazia la utenganisho. Hili pazia la utenganisho Kristo Yeshua alikwisha lirarua katikati tokea juu mpaka chini. Hivyo mahali patakatifu na patakatifu pa patakatifu pamekuwa pamoja. Yaani Mungu atakuwa mahali pa moja na watoto wake makuhani wakifalme. Hiki ndicho alicho waambia mitume wake kwamba, wakati ule wao wa kabla ya msalaba, lilikuwa bado, lakini sasa itawezekana kwenda pale yeye alipo. Hili-hili litakamilika pia kimwili katika milenia ya Kristo hapa-hapa duniani, ndani ya hekalu la IV lijalo juu ya vilima vya Siyoni (Zaioni).

Tazama mpendwa; sisi tunaona waazeisti[72] (atheist) na wapagani[73] (pagans) wako nje ya kambi, na wale tuitwao Wakristo na Wayisrael ndiyo pekee tulio kambini[74], sababu sisi sote tuna-mwabudu Mungu YAHWEH. Wamashiah (Wayisrael wanao muamini Mashiah Yeshua), na Wakristo (Wamataifa tunao muamini Kristo Yeshua) sisi sote tokea haya mazizi mawili, ndiyo tuliomo ndani ya tabanako mahali patakatifu. Baba na Yeshua wako kwenye kiti cha enzi cha neema, na Ruak mbele yao, wao ndiyo wako mbele zetu pale palipoitwa awali patakatifu pa patakatifu.

Kama unafikiri hili ni jambo dogo kwako Mkristo, msikie vile Adonai asemavyo kwako kuhusu hili kwa Matityahu 7:21-23 ... *Siyo kila mmoja asemaye kwangu, Adonai, Adonai, shuruti aingie katika ufalme wa Mbinguni; ila yule ambaye anaitimilisha nia ya Baba yangu ambaye yuko Mbinguni. Wengi watasema kwangu katika siku hiyo, Adonai, Adonai, je hatukufanya unabii katika jina lako? Na katika jina lako tuliwatoa ibilisi? Na katika jina lako kufanya kazi nyingi za miujiza {maajabu}? Na ndipo Mimi nitakiri kwao, Mimi sijawahi kukujua wewe: ondokeni kwangu, nyie mtendao uvunjaji wa toraha[75]. ...*

Hivi nini kina-endelea hapa? Je hawa siyo Wakristo, tena wahudumu katika wito wake? Yaelekea wao kujitetea kujuana na yeye, hata awaruhusu kutumia jina lake kufanyia kazi za miujiza na maajabu, lakini vipi yeye akiri mbele zao kuwa; mbona yeye hana mahusiano nao hata awajue wao. Je hili lawezekana vipi? Kwani hawa ni Wakristo au mbwa mwitu katika ngozi ya kondoo? Au ni utetezi wa uongo? Je matokea ya miujiza katika jina lake kupitia karama za Ruak, na mahusiano na Adonai Yeshua, ni vitu viwili tofauti?

Sasa ili yeye anijue (asije akanikana siku ya hukumu), ni nini hicho ambacho mimi nahitajika kufanya? Tokea mzizi wa andiko hilo; Yeshua anasema ni kuishi kwa kadri ya nia ya Mungu YAHWEH, na kinyume chake hiyo, ndiyo uovu. Tunajua uovu ni dhambi, nayo dhambi ndiyo uvunjaji wa toraha (I Yokhana 3:4), je nia ya Baba ni kuitii toraha? Ndiyo!

Kwa yeyote yule ambaye hana stahili tokea vigezo vile tulivyo vitaja hapo juu kitambo kidogo, tafadhali sana, tena sana, huyo asijaribishe kutenda hili. Kama ilivyo kuwa hofu ya kuhani mkuu kufa akikosea, ndivyo hili lisivyo wezekana kama wahifadhi dhambi yeyote ndani mwako. Zuio hili ni kwa faida yako, ili lisije kukuta hilo la kuhani mkuu wa jangwani, hata ajifunge kamba mguuni. Yeyote aliye tenda dhambi, huyo ameivunja pia toraha; kwani kwa I Yokhana 3:4 dhambi ndiyo uvunjaji wa toraha.

Sasa uko tayari kufanyia tafakari maandiko haya kuthibitisha ushahidi wetu? Yokhana 6:56, 14:10,17, 17:21, Warumi 8:9, I Wakorintho 3:16, II Wakorintho 6:16, Walawi 26:12, Yirmeyah 32:38, Yehzekel 37:2), Wagalatia 5:25, Waefeso 4:6, Wakolosai 1:19,27, 2:9, 3:3, II Timotheo 1:14, Yahkob 4:5, na I Yokhana 3:24, 4:12-16.

Safari ya Sirini huanza kwa tafakari, ndipo maono, na kuishia na maongezi halisi na Mungu wako YAHWEH. Ni roho yako, yaani mtu wa ndani afanyaye safari hii, mwili katika hili haufaidiki na lolote, labda kutikiswa na umeme wa utukufu wa Mungu pale litokeapo hilo. Unapo kuwa katika roho, mwili na yote yaliyo yake hufutika. Daimesheni hii ya kiroho unayo i-ingia iko nuruni, na hivyo katika kasi ya nuru (yaani iko katika milele), ambako chechote chenye maada (material) hakiwezi iingia hiyo.

Mmoja wetu, ana-kumbuka toka makusanyo yake ya vitabu takribani vyote alivyo andika mwandishi makini wa lugha ya Kiswahili Shaaban Robert. Huyu ana-kubalika na wengi kuwa ndiye labda atanguliaye wote katika umahiri wa fasihi na sarufi ya Kiswahili. Shaaban Robert aliandika riwaya nyingi lakini ni mbili zituvutiazo hapa: ya kwanza ni ile aliyo-iita ya Kufikirika, na ya pili ni ile aliyo-iita ya Kusadikika. Ndani humu utaona kwa kukosa uakisi mwingine, majina haya yana-kopeshwa na kupewa umbile jipya, ili kubeba maana ambazo kamwe bado hizo kutwishwa. Ni katika ujasiri huu, uelewa hukujia msomaji kama nuru ya alfajiri.

Sasa tuchukue hizi dhana (fikra zinazo elezea) mbili mpya, kwani sasa tumesha-pokea zana (vitendea kazi) vipya kuichambua vilivyo hii nadharia mpya (safari ya sirini). Hivyo tuanze tena kwa urudifu ili kukaza ufahamu wako kwa wingi wa vijia vinavyo lizunguka jambo hili-hili moja. Je bado wakumbuka yale yanayo uhusu uwezo wa ubongo wako katika mahusiano yake na nafsi yako kupitia akili, nia, na hisia? Sasa tuendelee kujenge juu ya hayo yote.

Safari ya sirini hufanyika kiroho ukiongozwa na maono tafakarini. Hii yamaanisha kuwa, ni safari ya kweli kiroho na kinafsi, lakini katika kusadikika kifikra ubongoni. Kinyume chake siyo sahihi, yaani hauwezi kusema: ni safari ya kufikirika katika kusadiki. Kusadiki kuliko kuaminii, shuruti kutangulie fikra ambayo inayo maono ndani yake. Siyo tu tafakari yako hukubakiza hapo ulipo kimwili, bali safari yako katika kusadiki kinafsi na kiroho hukutoa toka eneo ulilopo, hadi eneo jingine. Tena kila uonacho au kutokea kiroho, ni kweli ya tukio rasmi liendelealo hapo (katika milele) kadri uendeleavyo kutenda hayo.

Tufanyacho siyo tafakari ya dini za mashariki kwa yoga, ambayo huelekeza wasiko pajua, tena kuliko tofauti na huku tuendako. Labda kabla ya kuendelea, ni vema tuseme machache na kwa ufupi sana kuhusu hili. Neno hilo yoga humaanisha ku-unganisha kwa kadri ya maandishi ya dini ya hindu yaitwayo yogik. Kinacho unganishwa ni nafsi yako (consciousness) na nafsi ya ulimwengu (universal consciousness), na nafsi kuu (supremem consciousness). Falsafa hii ya dini ya hindu, hudai kuleta maelewano kati ya mwili wako, akili, na vile vya kidunia, kupitia mazoezi yenye mikao maalumu. Kila mkao unao maana yake katika dini ya hindu. Anaye abudiwa kwayo hii ni mu-ungu shiva (mteketezaji).

Hii yoga ilipo safirishwa na ma-guru kutoka nchi za mashariki wanako abudu miungu wengi, kwenda nchi za magharibi walio wa jamii za kikristo, ilifichwa udini wake, na kudaiwa kuwa falsafa ya maisha, na mazoezi ya kupumzisha mwili tu. Kwa kufanya hivi kwa ulaghai, jamii hizo zilipokea na kuingizwa siyo katika baadhi ya masinagogi yao tu, bali hata makampuni yao yalilipia maguru hao kufunza wafanyakazi wao njia mpya ya kupumzisha fikra na mawazo. Na tokea hili la pili, sasa kaka na dada zetu Wakristo wazungumzao Kiswahili, nao hufanya yoga kwa kichekesho cha kila muumini wa dini ya budha au hindu.

Hata katika hili, usiafiki wizi wa kilicho chako upelekee umtupe mtoto na maji ya moto. Sisi tunajua wapi nuruni tuendako (kiti cha enzi cha neema alipo Baba Mungu), na kwa jina la nani tunasafiria humo (Yeshua Kristo), na kwa maongozi ya nani hili hutendeka (Ruak HaKodeshi). Je haikuandikwa kwa Waefeso 2:6 kuwa, wewe kanisa[76] lake umeinuliwa juu hata kukalishwa naye Yeshua hapo kwenye kiti cha enzi cha Baba Mungu? Sasa mjadala wa nini kwenda hapo ulipo tayari kiroho?

Katika hili geni kwako kanisa uzungumzaye Kiswahili, ni ombi letu kwako katika Kristo Yeshua kwamba; zima fikra zako sasa na zitwae zetu, ili iwe rahisi kukufikisha salama na haraka hapo Baba na Mwana walipo kaa ndani yako. Tazama, atushikaye sisi mkono ni Ruak, ambaye pia ndiye auchukaye mkono wako sasa tuchanje mbuga. **Tunaita ujasiri wa kuthubutu kwako, katika jina la Yeshua Kristo**. Amin

Pale wewe utakapo utoka mwili wako, na kuingia ndani mwako, utagundua roho na nafsi yako ni kubwa sana, kiasi tokea humo waweza fikia ulimwengu wote kupitia ndani ya Mungu. Ziko fununu za hili kwa wale wanao tumia muda wao kumsifu na kumwabudu Mungu kwa nyimbo. Mara nyingi hawa upo wakati hujisikia kana kwamba; hawatoshi ndani ya miili yao wenyewe, au wame-ongezeka kuliko ilivyo kawaida, na hata saa jingine, hujitambua wakiwa watu wapya pasipo soni au aibu yeyote ile. Katika hali hizo, wao huwa jasiri, mashuhuri, na mahiri, mbele za Mungu YAHWEH.

Ijapo kuwa safari huanza kwa tafakari na maono, lakini humu safarini utagundua, haiwezekaniki kwa fikra zako wewe mwenyewe kutengeneza maono na maongezi yote hayo, na kwa uhalisia huo wa takribani milango yote 7 ya ufahamu. Tulisema humu awali kuwa, lisilo kuwepo ubongoni au nafsini mwako hata wewe ulijue, lakini lipo; basi hilo ni kwa udondosho ule wa YAHWEH ndani mwako. Hii ndiyo kweli ya kiroho ifikiwayo kwa kusadikika tu.

Dhamira ya ujio wako huwezesha wewe kugeuka malango, ambayo kwayo ulimwengu wote umo, kwa jinsi ile-ile ulivyo ndani ya YAHWEH. Hakika wewe na sisi tu mfano wake kwa kila jinsi na namna. Upya wa haya tusemayo kwako usikupe fedheha, au ku-kushangaza, bali ya kuimarishe katika imani yako kwake Adonai Yeshua Kristo. Hata sisi, tunasonga mbele katika kutetemeka, lakini katika ujasiri mkuu tokea imani yetu kwake Roho wa Mungu atuongozaye.

Songa sasa mbele kiimani ukijua wafanya jambo jema mpendwa. Hii ni milki na haki yako, na tena imechelewa sana kukufikia, hivyo kama mlaji, kula kama aliyetoka mji wa njaa, na tena pasipo aibu. Lakini ni kweli, wewe umetoka mji wa njaa katika hili, hivyo kula na usisaze, na komba kila tone hata li-lilo-dondoka usiliache.

Hili unalo funzwa hapa mpendwa siyo letu ni lake, sababu sisi katika jinsi ya uanadamu hatuna uwezo wa kutambua haya hata kufunza wenzi wetu. Ni yeye ndiye aifunzaye roho yako haya, na ndiyo kisa cha wewe kujawa furaha na mshangao kwayo haya. Safari ya sirini ni ndani yako mpendwa, jina la Yeshua ndiyo mlango wa kuingilia humo kwa walio zaliwa mara ya pili pekee. Na nuru yake ndiyo mwanga wako humo. Pia yeye ndiyo njia ya kuenenda ndani humo.

Hii siyo safari kama za NASA kwa kasi ya chini ya sauti angani (sonic boom), la hasha! Safari hii iko ndani mwako sirini, na tena katika kasi ya dhamira (speed of thought), kwani hiyo ni juu ya ile kasi ya nuru (speed of light). Tazama mpendwa, Mungu ni Roho, nasi tumwabudio inatupasa kumwendea katika roho pekee. Tulicho pewa kwako mpendwa hapa, ni kuifanya rahisi ki-utekelezaji siri hii, ili wewe uweze kuifanya.

Hivyo kwa ajili yako mpendwa wake, sisi tulipokea ngazi makini 7 kama mambo muhimu sana, ambayo kwayo hayo uficho wa ile lifti iendayo juu katika ukubwa, au ndani katika udogo, hufichuka. Haya 7 ni kama pasipoti yako safarini humu. Haya mambo ni ya kiroho, nasi tungependa njia rahisi zaidi ya wewe kuweza kusafiria, lakini hilo kwa sasa hatunalo.

Hili jambo siyo kwa matendo yako, bali kwa imani katika neema yake iwezeshayo haya kwako. Hili ni tendo la kiroho na kweli mahusianoni, lakini lina-funzwa kimwili, ili wote kanisani tuweze mudu. Hatua hizo 7 muhimu ndani ya ngazi hizo ziku-bebazo juu katika Ruak HaKodeshi ndizo hizi: -

1. Kutubu na kusamehe
2. Mahali pa siri
3. Kuabudu mahali ulipo jificha
4. Jifunge katika tafakari na maono
5. Maongozi ya Ruak HaKodeshi
6. Mbele ya kiti cha enzi cha neema
7. Ufalme wa Mungu ndani yako

Kutubu na Kusamehe:

Kwako ambaye umesha sali Sala ya Ukombozi na hivyo ni mkombolewa, kinacho kupasa kutenda katika ngazi hii ya kwanza, ni kufanya sala ya toba. Pale ufanyapo sala ya toba, utatubu dhambi zako zote kupitia neema mbele ya Baba katika jina la Adonai Yeshua Kristo. Hapa pia itakupasa wewe kuwasamehe wale wote walio kukosea. Kumbuka; wewe husamehewa katika Kristo Yeshua dhambi zako, makosa yako, na kushindwa kwako, kwa kadri ile-ile wewe unavyo wasamehe pia walio kukosea.

Kuwa na dhamira ya kufanya safari hii hukugeuza wewe malango, na hivyo tayari uko nuruni hata toba lako likusafishe toka uovu wako wote maishani. Ni shuruti hili liwe la awali ya yote, na tena hivi, sababu utukufu kwa vijichembe vyake, na ule moto ulao dhambi kwa mawimbi yake yavumayo pote, hukizinga kiti cha enzi cha neema.

Kumbuka mkao wa mwili ni vema uwe mmojawapo wa ile uliyo funzwa awali kwa ajili ya sala, na ambao huo mwili wako tayari umesha uzoe. Tunasema hivi ili kuepuka maumivu pale urudipo mwilini humo. Na pia maumivu hayo kama bado kufika mbele, yaweza ku-kurudisha nyuma, jambo ambalo huchukiza sana.

Na pale ujikutapo nje, yaani ukiwa na ufahamu wa mazingira yako, au fikrani kwa jambo la kimwili, basi yakupasa kujisamehe kwa upendo, na kurudi tena kwa imani pale ulipo dondokea. Hasira ya kujifumania nje, hupolekea magombano binafsi (strife) yakutoayo nje ya upendo, hivyo shuruti ujisamahe haraka sana. Na kwa unyenyekevu wa kujikabidhisha tena, rejea ulipo kuwepo (hatuna maneno ya kutosha kusisitiza hili). Kumbuka hili safarini mwote, kwani kwa mwanafunzi ni muhimu sana.

Mahali pa Siri:

Katika kufanikisha hili ni lazima uwe katika mahali ambapo pana utulivu, na palipo jitenga na wote (sirini). Kuingia mahali pa siri kwa jinsi ya mwili, hurahisisha safari ya kuingia mahali pa siri kiroho uendako. Hapa ndipo utulivu wa tafakari na kuachia imani na upendo huwezekana. Je ndilo hili alilo kuwa akilifanya Adonai Yeshua ajitengapo kwa sala mara kwa mara maandikoni (Matityahu 14:23, Marko 1:35, 6:46-48, Luka 5:16, 6:12, 9:18, 11:1, na Yokhana 6:15)?

Kama ilivyo kuwa kwa makuhani kujisafisha kabla ya kuingia tabanakoni, hicho ndicho ulicho fanya kwa sala ya toba katika ngazi ya kwanza. Sala ya toba shuruti iwe ile iliyo chini ya msingi wa imani katika utegemezi wa neema yake pekee. Tokea hiyo sirini hapa wewe ni msafi, mwenye haki, mtakatifu, mwana wa Mungu kwa jinsi ile-ile Yeshua alivyo (haujawahi tenda dhambi hata siku moja).

Kwa kuwa haujui siyo tu jinsi gani usali kwa usahihi, bali hata vipi ufanye safari ya sirini, basi makabidhi yako kwa maongozi ya Ruak shuruti huanza kwa dhati tokea uingiapo humu. Kwamba siyo wewe uongozaye njia, bali yeye ndiye akushikaye mkono kama tulivyo sisitiza tokea awali.

Kuabudu Mahali Ulipo Jificha:

Pale uingiapo mahali hapo pako pa siri, anza kwa kumshukuru; kwa yeye kuwezesha hili kwako, kisha mpe sifa za jinsi gani fikra zake na njia ni kuu. Na bado endelea kumshukuru, na shuruti ulibariki jina lake. Hii ndiyo pateni sahihi ya kuingia tabanakoni kale, na hivyo shuruti iwe kwako kuliingia hekalu lake hilo, yaani mwili wako.

Tunasoma haya kwa Zaburi 100:4 ... *Ingia katika malango yake kwa kushukuru {huku ukinyoosha mikono}, [na] katika nyua {kumbi} zake ukisifu {kwa nyimbo}: uwe uliye jaa shukrani {ukiinua mikono ya dhati*[77]*} kwake, [na] ulibariki jina lake.* ... Amin

Angalia mpendwa, haupo utani katika haya, ni kanuni kiasi kwamba hata yeye mwenyewe hujifanyia hivyo: Kutoka 33:19 ... *Na yeye alisema, Mimi nitapelekea uzuri {mvuto*[78]*} wangu wote kupita mbele zako, na nita-litangaza jina la YAHWEH mbele zako; na nitakuwa neema {upendeleo} kwake ambaye Mimi nitakuwa neema {upendeleo}, na nitaonyesha huruma {upendo} kwake ambaye Mimi nita-mmwonyesha huruma {upendo}.* ...

Lengo la kuabudu katika maficho ni kwa sababu; thawabu zote huja kwako, kwani haipo fahari au soni, au majigambo, au muingilio, bali wewe na moyo wako ulio pondeka-pondeka mbele yake kama sadaka timilifu. Kwa jinsi hii siyo roho tu, kwani hata kwa haya ya kimwili, wewe huwa mtiifu kwa ibada takatifu ya mtu mmoja. Sisi hulitafsiri neno ibada hapo juu kuwa ni: kusifu, kushukuru, kujinyenyekeza, kusujudu, kuimba, kushangilia, kumfurahia, kutangaza uzuri wake, kurukaruka, kumbariki na yote mengine ambayo muumini mmoja hupageuza mahali pa siri kuwa sinagogi la shangwe na utukufu kwa Mungu YAHWEH.

Jifunge katika Tafakari na Maono:

Sasa upo kiroho ndani ya tafakari na maono ukisonga mbele ndani ya daimesheni ya uwepo wake. Wakati wa kuingia patakatifu pa patakatifu pa kweli umefika. Umesha utoka mwili na umeshaanza kuwa kiroho kwani pazia la utenganisho halipo tena, na mbele yako kule mbele kabisa kipo kiti cha enzi cha neema[79] na Baba na Yeshua wamekaa hapo. Sasa umo ndani na mbele ya uso wake katika uwepo wake halisia.

Ufiko wako hapa katika uwepo wake siyo kwa juhudi zako, bali ni kwa neema ya Kristo Yeshua, na maongozi ya Ruak HaKodeshi, unayo endelea kufaidi hata mpaka sasa. Epuka kujivisha utukufu wowote hapa zaidi ya kuendelea kujikabidhisha katika utambuzi wa uwepo wako mbele zake. Kwani sifa, ukuu, na enzi vyote ni vyake milele na milele. Kama utajipa fahari yeyote kwa uwepo wako hapa, utajikuta kwa kasi kama ya radi nje umeshatoka (Yeshayah 43:21, I Petros 2:9).

Kila afikaye hapa, huyo anayo mahusiano naye hata kuhesabiwa mmoja wa watoto wake. Yamkini hivi ndivyo kujulikana kwako naye hutokea. Hivyo kimsingi hapa ulipo ndipo nyumbani mwako ulimotoka kabla ya ujio wako duniani kupitia tumbo la uzazi wa mama yako. Hapa ndipo ilipo raha, burudiko, na matamanio yako yote maishani. Halipo kuu na kubwa kuliko hili kwa wewe mwenye mwili leo hii kuifikia tena tuzo ya Adam wa kwanzo kupitia Adam wa Mwisho hivi.

Mpendwa tafakarini na katika maono, hivyo jione ukijiaminii (bold), huku ukienda mbele za Baba yako na Kaka yako aliye kaa mkono wake wa kuume, tena akikuonyesha ishara ya ukaribie. Kumbuka, tafakari hukugeuza wewe nafsi na roho kama fikra, na kwalo hilo kimaono wewe huanza kuelekea kama dhamira kwake. Hapa uko tayari roho-nafsi kwa jinsi ya uana wa Mungu.

Tafakari na maono yako yote shuruti yasimikwe katika ukariri wa pendo lake kwako toka maandiko matakatifu. Kumbuka tafakari na maono yako matakatifu ndiyo mwendo wako humu. Tafakari na ona jinsi anavyo kupenda, achia pendo lako kuelekea kitini pake pa enzi. Amsha juu yako lile pendo kuu alilo-mwaga Ruak ndani yako, na liachie kama mwali wa nuru takatifu kuelekea kiti cha enzi. Na ona mwali wa pendo lake ujavyo kulilaki hilo lako ulilo-achia hata cheche za utukufu kujaa hapo wakutanapo. Inua juu tunda la upendo, na mwombe karama ya upendo. Katika haya hata sasa waona tafakari ikigeuka maono, na endelea humo hata usiwepo tena, bali yeye pekee ndiyo vyote na kila kitu.

Katika tafakari na maono yako ona haya, sikia haya, gusa haya, nusa haya, na onja kwa ufahamu wa mtu wa ndani ulio mkuu kuliko huyu wewe wa nje. Kimsingi fanyika hai rohoni mwako, na hai kwa nafsi katika nia ya tendo lote kwa tafakari na maono. Kwa tafakari na maono ya wapi uendako, na kwa hisia zote za milango ya ufahamu kiroho, ona nuru ya kila chembe hai (udogoni) kama vile ilivyo nuru ya ulimwengu wote (ukubwani).

Tabaruku tafakarini, na uone kwa maono jinsi utukufu wake uendanavyo vema na asili yako kiroho, kwani mawimbi (waves) yatiririkayo utukufu wake, na chembe (particles) zake zalandana kabisa na uasili wako kiroho. Hivyo hukupenya pande moja mpaka nyingine kwani hakipo kizuizi. Utukufu huu hapa ni pamoja na moto wake ule uwakao kwa ukali hadi ya rangi ya samawati (uonekanao kuwa bluu hivi), na ni sehemu ya na viasilia viundavyo roho yako. Huu moto kwako mwenye haki hauna uteketezi, na ndiyo kwao mng'aro wa uso wa Mosheh ulipatikana. Pale urudipo na kutoka sirini humo, watu leo wasipo tambua hili watakuambia, waonekana kama mgeni asiye raia wa nchi yako.

Mpaka ufikapo hapa, tayari nusu umeshaanza ondoka kuwa milki ya uongozi wa Ruak, na nusu bado uko hapo ulipo sirini tafakarini kimaono umetulia, umesharidhia na iwe kwako kadri impendezavyo

YAHWEH (Luka 1:38). Ni kujikabidhi huku kunako kuhamisha toka wewe mwili, mpaka wewe roho na nafsi kwake Ruak. Hapa wewe roho-nafsi (mtu wa ndani), huwa tayari kumalizia safari ya sirini kupafikia pale ulipo dhamiria tokea awali kwa dhati na ridhaa ya moyo wako katika usahihi wa tafakari na maono. [Tunajitahidi sana kuchagua maneno na jinsi ya kuyatumia hapa].

Hata sasa bado tuna kuta-hadharisha kuwa, pale ujuapo wapi ulipo, na nini ufanyacho, jua kwamba tayari umeshatoka nje. Kuwa ndani yako ni pale urudipo na kugundua dakika au masaa yamekwenda sana, na kutojua nini katika mwili huu kilitokea. Ni pale ujishangaapo vipi umepiga magoti, au kwa nini umekaa hapo. Wako ambao wakati wa kurudi kwa utani wa Baba kwako mtoto wake, hukuonyesha wewe kujiona (kama kwenye kioo lakini tokea nyuma), jinsi ulivyo hapo mwili wako ulipo uacha kabla ya kurudi ndani yake huo.

Katika yote na vyote YAHWEH pekee upewe sifa, heshima, ukuu, na enzi ... Amin.

Maongozi ya Ruak Hakodeshi:

Awali ulipo kuwa ukianza hili, uliomba uongozi wake kwa sala, na yeye aliafiki, hata sasa wewe kuwa hapa ulipo. Lakini ni hapa rasmi ambako kila kitu kiendeleacho humtegemea yeye, au utatu uingilie, ambako ni nadra na shuruti liwepo jipya na tofauti kwako, au uamuazi kwa ridhaa ya Mungu Baba.

Pateni ya safari hii ya sirini ni makini kweli mbele ya kuhani mkuu wa kwanza Mlawi Aharon kule jangwani. Kama utadiriki kumdadisi kesho Mbinguni, ataafiki wao walifanya kwa mfano wa kivuli jambo hili. Pia ataridhia kwamba, pateni ya safari ya sirini ni hakika iwezekanayo kwa neema ipatikanayo tokea ujio wa agano jipya la mwisho. Atathibitisha hili ndiyo njia stahifu ifichuayo siri ya fumbo lile alilowapa wao kulitenda kwa mfano na kivuli chake. Farijika sana katika hili, kwani aliye tushika sisi mkono, anajua barabara kuwa, sisi tunaushika wa kwako.

Sisi tunaona kweli kuu ijayo kuliko zote itakayo fanya mapinduzi makubwa ya maarifa; ni pale sayansi (maarifa kwa elimu ya watu) itakapo ruhusiwa kuvumbua uwepo wa kiroho. Tokea uelewa huo, watagundua vile visivyo onekana, ni vingi kuliko vile vinavyo onekana. Ni uvumbuzi huu utakao fungua macho, hata waumini wengi watie kanuni hii kazini wakitenda siyo hili tu, bali vyote vingine kwa mfano halisi wa YAHWEH mwenyewe atendavyo.

Hawa kwa vizazi vyao, ndiyo watakao shang'aa hivi ujinga wetu ulikuwa mkuu kiasi gani. Utegemezi wa maada (materials) kwa shughuli zote duniani, utachukua sura ambayo hata sasa bado kufikirika. Katika siku za vizazi vijavyo, huko mbele kabisa, mpendwa kumbuka hili lilisomwa na kusikika tokea hapa kwanza[80].

Ukitaka kujua umakini wa hili kwao Yisrael kama kivuli kwetu, ni jinsi msisitizo wa ujenzi wa tabanako ulivyo kuwa, na maono yale aliyo pewa kwalo hili: Kutoka 25:9,40 ... *Kwa kadri ya vyote vile Mimi nilivyo kuonyesha wewe, [tokea] pateni[81] ya tabanako, na pateni ya {vyombo[82] na} samani[83] zake, hivyo hivyo shuruti wewe uvitengeneze. ... Na tazama kwamba wewe unazitengeneza {unavitengeneza} kwa kadri ya pateni zao, ambazo zilionyeshwa kwako mlimani. ...*

Pale kuhani mkuu wa kwanza Aharon alipo karibia lango la ukumbi alienda kwa kushukuru, alipo ingia ukumbini alimsifu YAHWEH, na alipo karibia mlango wa tabanako aliosha miguu na mikono yake kuondoa mavumbi. Tazama tena safari yake hii katika hali ya nuru; nje na ndani ya ukumbi ilikuwepo nuru ya jua, alipo ingia mahali patakatifu ilikuwepo nuru ya manora, na patakatifu pa patakatifu ilikuwepo nuru ya utukufu wa shekinah.

Hapa tulipo ukali wa nuru hiyo ya shekinah hungarisha roho yako hata iwe takribani katika mwonekano wa utukufu wa Yeshua Kristo mbele yako akitabasamu, akikusubiria kwa hamu kuu. Nuru ya kweli huanza hapa kwenye maongozi ya Ruak aliye pia utukufu wa nuru hii (shekinah), ing'arayo pale ulipo uwepo halisia wa YAHWEH.

Ndani humu nuruni mwake hatupo tena mwilini, hapa tupo nuruni mwake, na hivyo dhambi zote husafishiliwa mbali ijapo kuwa kwako hakipo cha kusafishwa, kwani neema ilisha tenda kazi yake. Hapa ndipo milele pasipo wakati, na kisa cha urudipo kukuta siku au masaa yamepita toka ufahamu wako wa mwisho wa wapi ulipo na nini unafanya.

Mlinganisho huu kuwa makini hivi siyo ajali, au ujuzi wa lugha na mipangilio ya maneno. Hii ni kweli, na lengo lake ni pale wana wa Aba watakapo kuwa, na kufunguka macho waweze tazama mafumbo haya kwa pateni hizi, waelewe nini cha kufanya. Kweli ilihifadhiwa ikisitiriwa hivi, na kufichwa hivi, muda wote huu kwa ajili yako mpendwa. Hata sasa bado ana-kusubiria wewe ukue uweze lifikia hili. Ni kwa jinsi hizi adui hawezi ingia humu, bali wewe pekee. Huu ni ujumlisho wa maneno yote yaliyoko kusemwa kulihusu hili.

Kwa walio wazoefu wa hapa, au hata wewe ukishafika hapa kwa miaka kadhaa, utakuwa na mengi kuhusu hapa. Liko hili moja ambalo yatuwia ku-kushirikisha wewe mpendwa katika Kristo. Uko wakati ambapo Ruak hukuchukua katika mahali maalumu palipo jitenga kidogo ndani humo kwake kabla ya kufikia kiti chake cha enzi, na kukuosha kihalisia kwa damu halisia ya Adonai Yeshua wewe huyo wote. Tokea hapo damu hii hujikusanya yote tena pasipo tone kupungua. Kwisha hili huku-safisha kwa ishara za mikono yake hata utando upunguzao mng'aro wako uondoke, ili ushabihiane na mng'aro wa utukufu wake.

Wako ambao wana viti vyao vya enzi pembeni yake Ruak hapa (mkono wake wa kuume wote mkitizama mbele). Ruak HaKodeshi hapa ni nafsi na Roho hai atendaye na kufanya kama wewe mpendwa ulivyo pasipo mwili (lakini yeye pasipo umbo pia). Yuko hapa tangu siku ulipo kombolewa, na habari hii njema yatoka kwake kwamba, amekusibiri kitambo sana, na sasa ni wakati wako mpendwa kupokea neema hii pia.

Hivyo Ruak akisha kuosha (pale achaguapo, kwani siyo kila mara), ndipo wewe sasa kupitia usafirisho wake kama sekunde hujikuta mbele ya kiti cha enzi cha neema alipo kaa Baba na Yeshua. Kwa mwenzetu mbele ya hiki kiti upo mto wa maji ya uzima, na upande wa pili kipo kiti cha enzi chako kitazamacho hiki kimoja kikuu Aba na Yeshua walicho kaa kama ulivyo funuliwa humu.

Kwa hatua moja tu (haipo nguvu ya mvuto wa chini - gravity) huweza kuvuka mto huu, au kwa Yeshua kuvuta kiti hicho chako cha enzi hujikuta mbele kabisa uso kwa uso na Baba na Yeshua. Yako mengi sana hapa (katika Ufalme wa Mungu ndani mwako) yatokeayo kila siku, na tofauti takribani kila siku, hata inakuwa siyo sahihi kuandika, sababu siyo lazima uzoefu wako uwe hivyo. Imeandikwa malaika zake humgundua YAHWEH kila siku, na kushangilia ukuu huo. Hakika yako mengi hapa yastahiliyo kitabu chake, lakini hatuoni wito wa kusimulia zaidi ya haya machache tuliyo yataja.

Hapa ni mahali pa kweli ndani yako, na haya yametokea kweli kwetu, na siyo lazima kwako. Hapa yako maongezi kamili na YAHWEH kama mtu aongeavyo na rafikiye. Na kuhusu hili la mtu na rafikiye lijengalo mahusiano; tazama andiko hili Ruak analo taka wewe ulikumbuke: Luka 13:27 ... *Lakini yeye shuruti atasema, Mimi nakuambia, <u>Mimi sikujui wewe wapi watokea</u>; ondokeni kwangu, [nyie] nyote mtendao pasipo haki {mfanyao uovu}.* ... [usisitizo kwa kupigia mstaru ni wetu].

Mbele ya Kiti cha Enzi cha Neema:

Sasa upo mbele ya kiti cha enzi cha neema, walipo kaa Baba Mungu na Yeshua Mwana wa Mungu. Muda wa kuvuka na kuingia hapa awali palipo itwa patakatifu pa patakatifu, ni uamuzi kamili wa Ruak kuhusu jinsi na namna ambavyo atakufikisha hapo. Kwa yule ambaye tayari anaishi kwa kuongozwa na Roho, uko wakati hupitiliza hapa na moja kwa moja kuwepo mbele za Baba Mungu.

Upo wakati Ruak ukuongoza au uwepo pamoja nawe mbele za Baba na Mwana. Mara nyingine hukuzinga wewe na wewe pekee ndani yake, na mara nyingine upande wa pili katika ukamilifu wa umoja wa utatu na wewe. Na mara nyingine, na tena mara chache kwa furaha-mlipuko wa Aba Mungu wote wanne huwa wamoja ndani ya utukufu wake uvumao kuwazinga.

Kila wakati hii mifunuo ifanyikapo, malaika waliopo hapo huachwa nje, na uko wakati husimama wakiangalia na kusikiliza kwa bashasha yaendeleayo hapo kati yako na Elohim wao aliye wako pia. Na uko wakati majibu ya sala zako hufanyika, na nukta hiyo hiyo malaika kuagizwa. Tunafikiri huyo huwa malaika wako, aliye mbali tokea hapo (malaika ajaye hapa ni maarufu kati ya wenzi wake duniani pale arudipo).

Kiti cha enzi cha neema ni tofauti na kile kiti cha enzi kikuu cheupe kilicho cha hukumu. Kwa sasa hatujui bado viko vya aina ngapi vingine, au hata kiti cha huruma nacho ni cha enzi. Fanya pamoja nasi mapitio haya: Zaburi 11:4, 47:9, 89:37, Yehezkel 1:26, Matityahu 19:28, 23:22, Waebrania 4:16, 12:2, Ufunuo 4:4-6, 5:1,6, 7:11, 21:5, 22:1,3.

Hiki kiti cha enzi kipo juu mlimani palipo asili ya nuru yote Mbinguni (sasa tumevuka Ufalme wa Mungu ndani mwako hadi Ufalme wa Mbinguni kupitia ndani mwake). Hapo liko jengo kuu sana lipimikalo kwenda juu na utandazo wake kwa kilomita lukuki za mraba. Ndani humo ndiko tabanako la Mbinguni lilipo, ambalo kwalo mfano ulishushwa duniani kupitia Mosheh na David. Ni ushawishi wetu kwamba, shughuli kubwa humu itakuwa siku ya ghazabu ya YAHWEH pale malaika wake watakapo ingia kazini.

Hata katika sala wako kati yetu ambao huchukuliwa ukumbini mwake humu, ambako ni kukubwa sana na wote duniani walio katika kuabudu (worship) huwa hapa kiroho. Hapa ndipo hata madhabahu ya Mbinguni ambako sadaka na sala ziishiapo. Kama moshi wa manukato mazuri kusifu, kushukuru, na kuabudu humfikia. Hakuna kinyume cha haya kiwezacho kupenya uchujo wa kimaandiko.

Kiti cha enzi hiki asilia ndipo kimsingi Baba aishipo (ijapo kuwa yupo ulimwengu mzima), na hapo ndipo nyumbani kwa Yeshua, aingiapo na kutoka kana kwamba, hufanya hivyo tokea kwa Baba yake. Ni kwa jinsi hii hata utajo wa Ruak HaKodeshi waanzia akitokea humu kama Yeshua afanyavyo. Baba Mungu huzibwa na nguvu kuu ya utukufu na moto ule wa rangi ya samawati. Na kumzunguka ni viumbe wenye kusifu haleluyah haleluyah haleluyah na kutaja utukufu pasipo ukomo, na tena kwa ridhaa yao faharini mwake, kila waonapo udhihirisho mpya katika utambuzi wao kwake.

Ni kutoka kiti cha enzi hiki, Yeshua alikuwa ana-rejelea alipo sema ana-kwenda kwa Baba. Pia ni hapa alimaanisha pale alipo sema; ni yale tu asikiayo tokea hapa, Ruak atatwambia na kutufunza, kwani injili ya neema kama toraha, chimbuko lake ni hapa. Sisi watakatifu hata leo tumeunganishwa na kiti hiki cha enzi. Zipo nabii nyingi sana leo duniani wapokeazo waumini wake kuhusu hili. Kumbuka huku ni Mbinguni unako kufika kupitia ndani ya Baba, kukiwa ndani mwake. Ni katika mahusiano ndiyo mmoja hujikuta toka kiti chao cha enzi ndani mwako, mpaka katika daimesheni hii ya milele Mbinguni iliyo nuruni.

Tumesema haya machache ili iwe bayana kwako kwamba, twafahamu utofauti huu. Pia kiko kile kiti cha enzi cha viumbe wale pale asafiripo na utukufu wa fahari yake, ambayo tungefurahi kukivinjari hata hiki. Je wafikiri Yeshua anavyo jitokeza kwa wingi huu mkuu leo mashariki ya kati na mbali, na kwa ujumla wake ulimwenguni mwote, anayo ratiba-wazimu (extremely tight schedule) isiyo ruka hata sekunde ya safari zake? La hasha! Vipi unafikiri Ruak HaKodeshi yuko ndani yetu wote, tena kuongea nasi wote tunao ongea naye kwa wakati mmoja na mahali tofauti? Sasa wafikiriaje kuhusu YAHWEH kuwepo katika kiti cha enzi cha neema, na bado tuseme yuko kote kwingine ulimwenguni mwote?

Hatuna nadharia sahihi ya kueleza hili, sababu kufanya hivi siyo kloni (clones) ambao wana kumbukumbu zote za mwingine wakati wote, na wakati wote wamejiunga kushusha taarifa mpya (uploading) kwa wote kadri wasongavyo mbele (collective consciousness). Kitakacho kosekana kwa dhana hii ni ukweli kwamba, popote Yeshua ajidhihirishapo, yeye yuko hapo kama alivyo kwa wengine wote, na kwenye viti vya enzi hivi viwili (au vyote kwani hatujui idadi yavyo na utofauti wa pale vilipo). Endaikawa hivi vyote maandikoni kwa mionokano tofauti ni upapasaji wetu wa tembo huyo-huyo mmoja.

Acha tujaribu hili kwa jinsi nyingine, ili fikra zako nazo angalau zipanuke kuhusi kizingiti kitukwazacho. Kwa dhana ya umilele kama ulivyo sikia humu, haina wakati (time) au mahali (space). Hivyo kusafiri au kutoka eneo moja hadi jingine, halitumii muda sababu kwa dhamira huwa pale utakapo. Kihesabikacho ni dhamira na siyo ulipo kwa uwiano na ulipotoka au uendako. Pamoja na dhana hii kupindisha (bend) mahali (space) na hivyo kuunganisha hizo nukta mbili za uendako na ulipo, lakini bado haionyeshi vipi kuwepo pengine na bado dhamira zako kuwa kadhaa tofauti na kila mahali na bado wewe huyo-huyo mmoja. Je unapata picha ya uwezo wa YAHWEH ni upi tusemapo yupo kila mahali (omnipresent) na anajua kila kitu na yote (omniscience)?

Unakumbuka juu ya sanduku la agano kule tabanakoni, hapa patakatifu pa patakatifu kilikuwepo kiti cha huruma (mercy seat). Je hiki ndicho ukivuli wake hiki halisia cha Mbinguni? Je viko hivi viwili tu; cha huruma na neema? Tunauliza hivi sababu yeye alipo jitambulisha kwa mara ya kwanza kwa mtu duniani (Yokhana 6:46,

Kutoka 33:22-23) alirejelea haya mawili tu: *na nitakuwa neema {upendeleo} kwake ambaye Mimi nitakuwa neema {upendeleo}, na nita-onyesha huruma {upendo} kwake ambaye Mimi nita-mmwonyesha huruma {upendo}. ...* [Kutoka 33:19].

Mara zote Yeshua husimama na wewe, akijua kila ustahilicho na ku-kusukuma kutamka katika upendo toka kinywani mwako kumwendea Aba. Mara nyingi Ruak hukusaidia kwa aidha kuweka maneno kinywani mwako, au kuchukua nia ya Aba, au ya Yeshua, na kukueleza vipi wanaliona jambo hilo. Kwa jinsi hii yeye hubadili ombi lako, ili nia ya Baba na Mwana na yako ziwe moja katika uridhisho mkamilifu wa wote.

Cha ajabu ukizingatia kibali cha ruhusa sisi kutaja yaliyo ajabu na makuu kuhusu kazi zake, ni jinsi ambavyo wao wanaweza kuwa kana kwamba usemacho ni chako, wakati ni Ruak amekupa. Na hili wewe unajua kimaarifa kama wao wote wajuavyo kimaarifa kwamba hilo ni lao, na bado kama sisi watu tulivyo, hufurahi kana kwamba wanasikia hilo kwa mara ya kwanza. Na bado haupo unafiki wowote bali kweli na hakika. Huu ndiyo ukuu wa ridhaa yako mtakatifu wake, katika uafiki wa neno lake ulivyo kwao!

Pale wewe ufikiriavyo hivi, wao huona na kusikia kwa sautiya wazi fikra hizo, kiasi kwamba hakuna siri hapo, lakini pamoja na ujuvi huu wao, na maarifa makuu waliyo nayo, hili hufanya kazi na huwa hivi kila wakati upendoni. Ni fikra zetu kwamba, huu ndiyo upendo ulivyo, haujalishwi na haya yote, hujali wema na kutenda uzuri kwa baraka kila wakati kwako. Hivi unajua pale utubupo siyo wakati Adonai Yeshua ajuapo dhambi hiyo, bali hapo ndiyo huiachia hatia yake toka kwako?

Tunaweza eleza haya mpaka kesho pasipo ukomo na kwa mifano halisia, lakini lilo jema ni kujionea mwenyewe ajabu hii kuu ndani mwako, wewe hekalu lake takatifu. Kweli huu mwili ni finyu sana, na mzuilifu kwa mengi makuu yajayo kesho. Kwa wazoefu wa hili, hapa ndipo mahali ndani ya Ufalme wa Mungu, ulio ndani yako ambapo utajua hakika Ruak HaKodeshi yupo duniani, na amepewa kwako na

Baba ili uishi maisha ya ushindi hapa duniani na ya milele kesho pamoja naye. **Ni kuu vipi fikra zako ooh Baba, ni kuu vipi njia zako ooh YAHWEH ...**

Mbele za Baba Mungu mtu husimama mwenyewe, lakini Roho husimama upande wako mara nyingi zaidi. Uko wakati utatu kama wingu la nuru hukamilika mbele yako, lakini siyo mara nyingi hufanya hivi kama kusimama na wewe upande wako kukitizama kiti cha enzi akiwa amekuzinga wewe wote. Hivi ndivyo ilivyo, na hata uko wakati tokea ndani yako husema asemalo Baba, au kufunua fikra za Mungu kwako pasipo maongezi yeyote (telepathically), bali kila upande na kila mmoja kuwasiliana kwa kasi sana na tena kwa uelewa mkuu. Mara nyingi Baba na Yeshua huzungumza nawe moja kwa moja.

Tusingependa mpendwa uwe mjinga kuhusu malaika mlinzi wako, uliye funzwa sinagogini tangu udogo wako. Hakuna malaika watoto na wanene (chubby) kama uonavyo sanamu na picha zao. Malaika ni mashujaa wahudumu wa Mungu YAHWEH kwa ajili ya wateule wake. Kila mtu anaye wake. Ajabu ni kwamba, uingiapo hapa huwa kana kwamba anakuwa siyo zamu tena, pamoja na wengine mashujaa wa YAHWEH husimama kwa mbali toka hapa (sababu hapo wako wenyewe, wale wakuu wa Mungu YAHWEH – mara chache sana kwetu malaika hudhihirishwa, ijapo kuwa uwepo wao hutambulika). Tunajua mara nyingi makubaliano ya maombi yakishafikiwa huagizwa hawa walio jitenga mbali kwa ishara ndogo tu, nao huingia kazini. Kwa imani yako ukishatoka hapa kwamba hilo umepokea, wao au huyo hubaki kazini mpaka limedhihirika duniani kimwili.

Ni fikra zetu kwamba, siyo kwa wote, lakini ndipo mtu awezapo mwona au jua jina la malaika mlinzi wake. Tokea hapa kwa sababu ya injili na alicho tutuma, kati yetu wako walio kabidhiwa malaika wa vita na tena wa aina nyingine, na takribani wanne hivi, na yule wake wa asili kutajwa jina mbele yake. Ni jina la watu, la kidunia, lakini haipo idhini hata sasa kuwasiliana naye moja kwa moja kwa kuongea, kumwagiza, kumwomba, au lolote lile. Hakuna utani kuhusu hili, sababu lahusu utukufu wa Mungu YAHWEH unao-lindwa sana.

Upo ushahidi duniani kwao waonao anga za kiroho kwamba, baadhi ya watumishi wa Mungu wapandapo jukwaani kuhubiri, huingia na jeshi la malaika pande zake zote. Malaika huyu au hawa ndiyo pekee waruhusiwao kuingia humu, kwani mara nyingi wale wa YAHWEH huonekana kwa uchache wakiwa shughulini, lakini walio wengi hawaonekani humu isipo kuwa pale uzungukapo maeneo ya huduma zao. Hivyo malaika wa YAHWEH na utukufu wao hufunuliwa kwako kadiri wapendavyo, au katika uchunguzi wako.

Hakuna mwisho huku, uko ushahidi humu kuhusu utukufu na upendo kuwa kama vyumba visivyo mwisho, ambavyo tokea hapa tulisha kwenda. Ziko masijala kuu ajabu na pasipo mwisho pia. Ijapo kuwa bado kufika, lakini tunajua kwa nabii kwamba, uandishi kama wa biblia ijayo unaendelea toka matendo ya watakatifu (Wakristo) kwa ajili ya watu wa ulimwengu ujao, watakao endelea kama watu asili milele. Wewe na sisi tumo humo kama mfalme David, Shimeon Petros, Yirmeyah na Mosheh walivyo leo.

Mahitaji ya watu yanashuka toka huku kwenda duniani kila siku, na kwa wingi mkuu. Ni fikra zetu kwamba, upokeaji wa Kanisa unahitaji mafunuo mapya, na kazi hiyo utaona inaendelea kufanyika hata humu. Pia hatuwezi acha kutaja hili la kuweza hata ku-kutanishwa na walio tangulia kama mtume Paulos, na wengi wengine.

Kwa msingi wa tujuayo, wewe huweza tembezwa na kuona pia. Ni hisia zetu kwamba, ulimwengu wote umo huku na hata Mbinguni njia ya mkato ni hii. Tazama tendo la kufa na hili la safari ya sirini kama moja. Yote mawili shuruti uwe nje ya mwili, ila la kifo huenda juu (mwenye haki), na hili unaenda ndani mwako kunako kuunganisha na juu, kwani unaenda ndani ya YAHWEH na vyote vilivyo umbwa viko ndani yake.

Tupe karatasi na tuandike mwaka mzima ya huku, kwani dakika chache ni miaka ya maisha ya Dunia. Tupe jukwaa tuwashirikishe wana wao uzuri wake, tutangaze wema na utukufu wake ulivyo mkuu. Tuamuru sisi kusimulia mambo ya kazi zake za ajabu na kuu, hata uanguke kwa furaha na kuzimia kuelekea huko. Nani ameamini ushuhuda wetu, na nani amechungulia kupitia macho yetu ya kiroho nyumbani mwako ooh YAHWEH?

Ufalme wa Mungu Ndani Yako:

Safari hii ya sirini mwisho wake siyo kiti cha enzi hiki, ijapo kuwa hili ndilo lengo kuu. Tokea humu wewe huwa tayari ndani ya ufalme wote wa Mungu. Pale ufikapo hapa ni vema ukafunga mdomo wako na kujibu kifupi pale uulizwapo tu, na siyo vinginevyo. Kumbuka kufikiri na kusema hata kunuia au kudhamiria moyoni hakuna tofauti, wote walio hapo husikia hilo au hayo. Ni kwa sababu hii kama Baba anaongea na Mwana au na Ruak na kisha wewe unawaza yote haya pasipo vurugu wala mkanganyiko huendana vema kabisa na kueleweka.

Uko wakati utaona fikra zako sababu za sikika, siyo tu zaweza jibiwa pasipo wao kuacha maongezi yao, lakini pia wanaweza simama kuongea na kuendelea hapo na kwa hicho cha fikra zako. Kila lisemwalo ni kweli na takatifu kwa milele yote. Iko siku ambayo Aba alikuwa akiongea na Yeshua na mmoja wetu kuwepo ndani ya wakati wake enzini. Alipo dhamiria kusikia upendoni waongeavyo, ijapo kuwa Aba yuko katika ufuniko wa wingu na Yeshua ana-onekana, alitambua, na ili kuzuia hilo Aba alijifunua, akatabasamu akili-furahia hilo, na kisha kwa uwezo wake alizuia dhamira hiyo kumu-unganisha nao hata mwanawe huyo kusikia kinacho ongelewa.

Lile ambalo siyo lako kwa uchaguzi wako, pasipo kuandika mara, kama unyoya upepurushwao na upepo, hufutika mara nafsini mwako. Tena hilo huwa kana kwamba halijawahi kuwepo, sababu liko nje ya milango yako 5 ya kimwili ya ufahamu. Na kwa sababu hii huwezi kukagua kumbukumbu zako ubongoni kulitafuta (hilo lilimfikia mtu wa ndani aliye roho wewe, na hivi siyo kwa nafsi hata lichapishwe ubongoni mwako kwa kumbukumbu).

Mara nyingi katika uzoefu Ruak HaKodeshi akufikishapo hapa, hukuachia wewe na wao katika uwepo wake. Kwa wengi Baba analo lile wingu la utukufu ambalo hujifunga na kujifungua kuonyesha uso na tabasamu lake la upendo mkuu kadri ya uchaguzi wake. Wako ambao huchukuliwa ndani ya wingu humo na kuwa uso kwa uso na Baba na

Yeshua. Mara nyingi Yeshua ambaye anao bado mwili kama wetu lakini wa utukufu mkuu, huongea nawe tokea kiti cha enzi pasipo kufunikwa na hupenda sana kukusogelea, kukumbatia, kukushika mkono, hata kwenda tembea nawe ulimwenguni, au lile apendalo siku hiyo.

Ni kweli tangu aondoke duniani hata mpaka hapa usomapo, hajafanya lolote kwa ajili yake. Kila kitu chake ni kwa ajili yako mpendwa. Upendo wake ni dhahiri machoni pako, na madaraka yake mbele za Baba kama Mfalme wa wafalme ni bayana.

Maandiko yasemapo ufalme wa Mungu umeijaza Dunia na mbingu, ni kweli kabisa. Kwani kiti cha enzi cha Ruak kimo ndani yako, na tena ndani ya Ufalme wa Mungu, huu ulio shuka hadi chini duniani ndani mwako. Hiki cha Baba na Mwana ni aidha kipo upande wa Mbinguni lakini kupitia ndani mwako, au viko viwili, kimoja kikiwa hiki kilichomo katika Ufalme wa Mungu ndani mwako, na kingine kile kilichomo katika daimesheni nyingine ya kiroho nuruni ulipo Ufalme wa Mbinguni. Kwa jinsi ya sayansi tume-thibitisha kuwa, ulimwengu huu uonekanao ni kivuli cha ule mkubwa usio onekana.

Shuruti sasa unajua hili jambo la ajabu; kwamba kama ulimwengu ulivyo mkubwa nje na ulio na mambo mengi kupindukia, ndivyo pia ulivyo mdogo hata uweze kuwepo wote ndani yako, na tena bado ukiwa na mambo mengi zaidi ya haya kupindukia. Shuruti mpaka sasa ujue dhana za nafasi, mahali, na wakati na hivyo umbali kwa ukubwa ni za kidunia (kimwili). Pale uvukapo uelewa huo, utaona pasipo hayo, kanuni nyingi za fizikia tuzijuazo leo, hupoteza maana ghafla sana. Usikubali hili la kimwili liwe kikwazo kwako katika ulimwengu mkuu zaidi wa kiroho. Tangu lini taswira yako kwenye kioo ikakushinda wewe, je haifanyi nukuu tu ya hicho utendacho wewe?

Je wewe haushangazwi na urudifu wa Mungu katika maandiko kuwa; yuko karibu sana na wewe? Au pale Adonai wetu alipo sema; tutubu sababu Ufalme wa Mungu umetujia? Je sasa umeona kweli ya haya yote mawili? Tungependa sana kuorodhesha hizo nabii zote hapa, lakini nafasi yake hilo haiko hapa.

Tokea hapa sisi tumesha kwenda katika sayari za mbali, ambazo hata sayansi bado kufikiria zipo. Tulisha kwenda mahali ambako pana maji, tena ya vuguvugu, na miamba kama ile ya kando ya bahari. Huko pia yako mawingu meupe lakini hakuna viumbe walio kama sisi. Hatukuona viumbe.

Tokea humu tumesha kwenda kuona nyumba ya mmoja wetu atakayo ishi na jinsi ilivyo nzuri. Karibu na hapa ni Paradiso ambako YAHWEH hupenda kutembea kwenye fukwe zake na mmoja wetu ameshaona Yeshua akiweka unyayo mchangani, na Baba hana. Huyu ndiye Mungu yule ambaye katika machweo ya jua alasiri, alikuwa akishuka kama ilivyo ada kwake, na kuongea na Adam na mkewe Havaa. Hapa ni kabla ya ulimwengu kuingiwa na dhambi, na wakati ule ambako huu ulimwengu wa mwili, ulikuwa kivuli cha ule wa kiroho uliko tokea.

Liko jambo moja kati ya mengi ambalo inatupendeza kushirikiana nawe mpendwa kuhusu rekodi za masijala ya Mbinguni, na vikao viendeleavyo huko chini ya Mfalme & Adonai Yeshua Mashiah nje ya kiti cha enzi. Baba wakati wote yupo kwenye kiti cha enzi, kwani ni Yeshua aingiaye na kutoka kwake. Kuhusu hili la kuingia kwa Baba; unajua sisi huweza ingia ndani ya Baba hapo alipo na kujikuta ndani yake na yeye 'tena' mbele yetu akiwa ndani yake. Tunajua Mungu YAHWEH katika umoja na mtu amepatanisha vyote na yote katika Adonai Yeshua. Hivyo duniani ni kinyume na hali hii ya Mbinguni, huku ni Kristo Yeshua aliye ndani yetu, na Baba ndani ya Yeshua. Hali hii ndiyo itupayo umoja mkamilifu na Mungu uwezeshayo haya yote (Yokhana 17:23).

Ni humu ambako saa nyingine huruhusu watoto wake kulala usiku pale wamwombapo kwa sala. Hili ni jambo la kushangaza lakini kweli, kwamba wako lukuki za watu duniani ambao kila walalapo usiku, huomba kuja ndani yake, na humu ndimo kama bwenini hulala (hakuna afundishaye hili, lakini watu wanasali hivi na kukubaliwa hivi). Ni ndani yake humu ndiko tulifunuliwa asili yake, na kuona maeneo yale ambayo tuliyaita vyumba visivyo mwisho ambako utukufu na upendo umesheheni.

Sasa unajua ndani yetu ulipo Ufalme wa Mungu, ambako Ruaka yupo katika eneo lake mwanzoni awali uingiapo humo. Ni yeye ndiye anaye kupeleka pale Baba na Mwana walipo juu ya kiti cha enzi ndani mwako. Pia unajua tokea hapo kupitia yeye, unaweza kuifikia Mbinguni kama ulivyo ona juu, pale uwepo wake halisia na rasmi ulipo (tunakosa lugha tofautishi ya kuelezea haya).

Pia humo yote ya Mbinguni katika maandiko ndipo yalipo, tena hii ni daimesheni nyingine ya kiroho iliyo nuruni. Halafu liko hili la 'ndani yake-ndani yake', na siyo 'ndani yake-kupitia ndani yake', ambako ndiyo Mbinguni kulipo. Huku 'ndani yake-ndani yake;' ndipo yeye alipo (hatujui uasilia rasmi wa hili uko wapi). Huku ndiko kule tulipo taja maeneo yale yasiyo mwisho yaliyo sheheni upendo na utukufu.

Tutazame hata sasa, sisi tukiwa kama vipofu wamwelezao tembo, na tena wakieleza mguu wake wa kuume pekee walioweza ushika. Ni katika wingi wetu, na kila mtu kwa sehemu yake, habari hii siku moja itakamilika. Haiwezekaniki kwa mtu kujidogosha zaidi ya Mungu, na kutarajia kufika pale asipo-kuwepo. Hivyo kama atomi isivyo mwisho, ndivyo hata protoni isivyo mwisho, na kwaksi itakavyo gunduliwa miaka ijayo kwamba, nayo ina mengi na tena zaidi ya atomi.

Tunazo habari nyingi kuhusu safari zetu humu, kwani nazo ni nyingi sana. Lakini hizo kwa mapenzi yake ni siku nyingine, na kwa wito mwingine, pale kanisa lake lizungumzalo Kiswahili litakapo kuwa tayari. Kumbuka mpendwa, tumetaja yale machache ambayo hata sisi twaelewa, na yametokea sana hata kujua uko salama, na mengi mengine yame-hifadhiwa mpaka wakati uwe tayari na ujasiri uwepo. Ila hauna haja ya kusubiri hilo, kwani njia sasa ni nyeupe, na siri iko hadharani kwa kila asomaye hapa, na aliye zaliwa mara ya pili kujiendea mwenyewe – safari njema mpendwa!

Endaikawa huu ni mshtuko kwako, lakini hizi ni punje tu za mambo mema yaliyo andaliwa kwa ajili yako mpendwa. Kila siku

YAHWEH anakuita uingie humu sirini mwake na kuongea naye. Mpendwa, YAHWEH Mungu wako ana kupendana sana, na ana-kuongelesha kila siku, lakini haujui jinsi ya kumsikiliza, hata leo bado ana-zungumza na wewe, lakini kama redio wewe bado kufungua stesheni aliyopo ili umsikilize. Na redio yake waweza jibu na kujibizana. Usiwe na shaka kuhusu kama utamjua au lah, utamjua tu, wala hili lisiwe shaka kwako.

Una-muaminii Adonai Yeshua Kristo, tuaminii na sisi wahudumu wake. Kwa vinywa vya watumishi kama afanyavyo hata sasa kwa hivi vyetu, haya ni machache kati ya lukuki asemayo hivi sasa kwako wewe kanisa uzungumzae Kiswahili. Hakuna unabii wenye tafsiri binafsi, na kwa hili, mada hii siyo lazima kukubalika na uelewa wa walio pokea nabii hizi zifuatazo: -

1. Nitakuwa pamoja nawe ku-kuongoza kwendea hii sehemu. Ni sehemu niliyo itia wakfu kwa ajili yako. Hapa ndipo nitakuweka huru. Kwani nimeandaa sehemu kwa ajili yako. Utukufu wa Shekinah utakuongoza kufika hapo. Hii ni sehemu ya siri katika uwepo wangu. (Creflo Dollar - 1 Augusti 2007).

2. Katika kusifu na kuabudu kwako unajua shughuli na msukumo wa kile Mbinguni tufanyacho. Umeunganishwa moja kwa moja na kiti cha enzi. Ingia katika mahali hapa (wingi) ambapo Mimi nimepatengeneza na kupaandaa kwa ajili yako. (Kenneth Copeland – 9 Augusti 2007).

3. Unaweza pata vitu kwa uhalisia zaidi ndani yako (kiroho), kuliko vilivyo nje yako (kimwili). Waweza miliki vitu ambavyo bado viko Mbinguni hata bado kuonekana duniani. Utatembea mahali ambako haujawahi hata kuota utafika hapo (Kenneth Copeland – 25 Augusti 2007).

4. Nilimwaga damu na ku-kualika uje ukae nami katika kiti cha enzi cha neema na upate huruma (aliye hai). Kama

ukinisikiliza Mimi utatembea katika sehemu ambazo hukuwahi hata kuota waweza fika. (Kenneth Copeland – 7 Machi 2008).

5. Kila uhitajicho kitapewa kwako toka kiti changu cha enzi. Kwa kusifu na kuabudu nitakuonyesha njia. (Creflo Dollar – 30 Machi 2008).

6. Atakuwa na hisia zaidi hata katika akili zako kwamba sala zako zafikia masikio yangu katika uwigo (realm) mwingine (wa kiroho) na utaanza kutembea humo na Mimi mwenyewe. Utaanza kuongea na Mimi mwenyewe humo. Pia lazima utahisi uwepo wangu pale uwapo mbele za uso Wangu pekee kwenye kiti cha enzi. Mabadiliko makubwa yameanza mpaka imani itageuka kuona na utamwona Mwana. (Billye Brim).

7. Na Mimi nina mpango kwa ajili yako uje huku juu pamoja nami katika mahali pa juu ndani ya mahali pa juu (Kenneth Copeland – 3 Augusti 2009).

Ujumbe ule ulio-tushtua na kututisha sisi, hata tusitake kumshirikisha mwingine, tukiogopa kukashifiwa na kuonekana hayawani[84], leo, na tena hivi, tumemaliza kazi ya kuufikisha kwako kama alivyo agiza. Mbegu aliyo ipanda hapa kwako kanisa uzungumzaye Kiswahili ni kuu sana, nayo shuruti italeta mavuno makubwa sana. Sisi tumemaliza alicho tutumia kwako, na sasa ni zamu yako kulitia kazini hili katika uadilifu na utiifu mkuu kwake. Hivi ni nani amesikia habari kuu kama hii awali? Naye ni nani asimuliaye mambo haya uliyo yasikia leo? Ni wewe YAHWEH Mungu wetu!

[1]Jina mama yake alilomwita, na yeye kuitika, alipo kuwa duniani.

[2] chakula

[3] Kumtendea mtu ovu ni dhambi iliyo uvnjaji wa toraha ya Mungu. Ni hivi kama ilivyo kwa kosa la jinai kuwa dhidi ya jamhuri (republic) na siyo uliye mtendea.

[4] Kwa kusudio la kutizama kama toraha iliyo ndani mwako italishinda jaribio – kuuziwa na bado usitukane, au kuwa mhitaji na bado usiibe.

[5] Neno 'kata' la kigiriki kwa kadri ya concordance 2596 – according to – pia hutafsirika kwa Kiingereza kama 'inasmuch as' sisi tumeyatafsiri haya kuwa 'kadiri' neno ambalo humaanisha 'kiasi kinacho faa (siyo kingi wala siyo kidogo) jambo ambalo ni sahihi kuombwa Mungu sababu ndiye pekee awezaye kutambua hili.

[6] chakula

[7] Kwa kusudio la kutizama kama toraha iliyo ndani mwako italishinda jaribio – kuuziwa na bado usitukane, au kuwa mhitaji na bado usiibe.

[8] Jambo au kitu cha lazima kufanywa au kisichoweza kukosekana

[9] https://en.wikipedia.org/wiki/Kenneth_E._Hagin

[10] http://kennethcopelandministries.org/

[11] Sauti ya chini kama ya maumivu au kukataa, kuchukizwa, kutoridhika au kulalalamikia usicho taka kitokee/ tendeka.

[12] Mahali pa siri, pasipo watu, siri, upweke, mafichoni, pembeni, kando, chemba.

[13] Kinga na kitu au jambo

[14] results

[15] Conservative, extremist, pious, siasa kali, zealot, fanatical n.k.

[16] Bado kukiachia hicho toka moyoni mwako kwa msamaha

[17] Mungu

[18] Tafakari

[19] Kitabu chako hiki hufunza kwa itikadi kuwa baraka hupata utajirisho wake toka utukufu wa Mungu YAHWEH, na sisi hutumia utajo wake wa kwanza maandiko neno hili utukufu katika Mwanzo 31:1 kuonyesha kwamba maana yake pamoja na zile za kiroho, hapa duniani kimwili ni utajirisho huo tulio taja tulipo tafsiri neno utajiri.

[20] Sala au maneno

[21] Mungu

[22] Kushtuka – katika wema au ubaya

[23] Bila ya umakini, kwa haraka haraka

[24] Ndugu wa karibu, alipaye madeni yangu, au kuendeleza kizazi changu, mlipizi wa haki yangu (siyo kisasi revenge, bali avenger), Mkombozi

[25] Tanabahi –jiwa tena na fikra ya jambo lilitokea au lilopita, kumbuka.

[26] Msinywe kilevi mkalewa ili muweze baki katika sala

[27] Malipo mema ya kutimiliza alicho agiza Mungu YAHWEH.

[28] Kutia kitu cha majimaji

[29] Manukato (perfumed)

[30] Kazi zilizo elekezwa na Yeshua (agano jipya la mwisho) na kwa toraha ya Mosheh – tokea uelewa wa kipi kimesha kamilishwa na kipi chaendelea.

[31] lil

[32] pesel

[33] matseba

[34] maskit

[35] Kufanya ukuta au sakafu au dari kuwa na wororo kwa kupaka udongo au simenti teketeke juu yake ukisawazisha kwa mkono au mwiko au kifaa maalumu.

[36] Kara – matumizi ya awali kale ya neno hili ni kupiga magoti (bend the knee).

[37] hesed

[38] Wakati kuanguka kifudi-fudi ni uso kuangalia chini, kuanguka chali ni uso kuelekea juu

[39] Macheo ni mapambuzuko (asubuhi jua linachomoza), na machweo ni kuzama kwa jua (jioni kabla ya usiku kuingia).

[40] great, strong

[41] gather

[42] inaccessible, withhold, restrain

[43] isolated, cut off

[44] fence, fortification

[45] know

[46] understand

[47] recognise

[48] http://www.kcm.org/read/prophecies/05-08-2005/i-will-show-you-things-come#sthash.R0o6a4h6.dpuf

[49] Mwanzo 2:7 na I Wakorintho 15:45

[50] Tuning into His frequency

[51] Isiyo lojik (non-logical)

[52] vowel

[53] Kinga na kitu au jambo

[54] Timao (Kigiriki) – pangia bei (fix a valuation), onyeshwa heshima (value, honour).

[55] Kuongea na Mungu

[56] Agano jipya & Manabii

[57] Torah ya Mosheh

[58] Mpango wa Ukombozi

[59] Kuongea na Mungu

[60] Agano jipya & Manabii

[61] Torah ya Mosheh

[62] Lilivyo kuwa, lilivyo, na litakavyo kuwa

[63] Hili linahusu dini (religion) na siyo dhehebu (denomination).

[64] Kwa perestroika (uhuru kwa walio humo) na kwa glasnost (mwisho wa matumizi ya nguvu).

[65] Ladha iliyo kama mchanganyiko wa zeituni mbivu, halua, na jeledi katika rangi ya udongo uliozidi weusi hivi.

[66] Son of God – Mwana wa Mungu (divine)

[67] Son of Adam – mwana wa mtu (human)

[68] Neno la Kiebrania shama (shamah) humaanisha tulia (attention), sikia (hear), na utii (obedience) – yote haya 3 katika neno hilo moja

[69] Mahali pa siri, pasipo watu, siri, upweke, mafichoni, pembeni, kando, chemba.

[70] Utakatifu wako Mmtaifa hukuweka kiroho katika mbari ya Yehudah kama alivyo Mashiah Yeshua

[71] Huko mbele kabisa ya kitabu, utatakiwa kufanya uchaguzi kuhusu matumizi sahihi ya hii zaburi ni hapa au ni huko, au ni kote kuwili – Roho wa Mungu atakupatia jibu.

[72] Wanao amini hakuna Mungu

[73] Wanao abudu miungu, au mizimu, au mungu fulani lakini siyo Mungu YAHWEH

[74] Wakristo ni kwa kigezo cha ubatizo, na Wayisrael ni kwa kigezo cha kuzaliwa Myisrael.

[75] Nia ya Baba Mungu ni wewe kutii neno lake kwa injili (toraha iliyo andikwa moyoni) na toraha (iliyo andikwa kwenye biblia) maishani mwako (Yirmiyah 31:31-33).

[76] hekalu

[77] Nia thabiti ya kushukuru hadi kumwabudu kwa ishara za kuinua mikono yako kwa heshima kuu.

[78] Hali ya kupendezwa na kitu au mtu, kutokana na uzuri wake (beauty).

[79] Kiti cha huruma (mercy seat): Kutoka 25:17-22, 25:22, 26:34, 30:6, 31:7, 35:12, 37:6-9, 39:35, 40:20, Walawi 16:2,13-15, Hesabu 7:89, I Kronikozi 22:11. Kiti cha enzi cha neema (throne of grace): Waebrania 4:16.

[80] Hivyo kiburi na majigambo yako vikome.

[81] Muonekano, muundo wake, jinsi ilivyo

[82] vessels

[83] furniture

[84] Mtu asiye soni wala adabu kama mnyama

Don't miss out!

Visit the website below and you can sign up to receive emails whenever Shannel S Silwimba publishes a new book. There's no charge and no obligation.

https://books2read.com/r/B-A-OGCW-FHIFC

BOOKS2READ

Connecting independent readers to independent writers.

Also by Shannel S Silwimba

Chuo cha Tatu
Mwana-Adam ni Nani Naye ni Nini Mungu Amkomboe

Standalone
Historia & Maisha ya Yeshua Kristo
Jinsi ya Kusali & Kuongea na Yahweh
Mafundisho ya Utajiri
Utatu Mtakatifu

About the Author

Amehitimu elimu ya chuo kikuu, na amehudumu kwa takribani miaka 25 ya kazi kusaidia wengine wafanikiwe akiwa katika nafasi ya mkuu wa idara. Katika kipindi hiki amehudumu kwenye makampuni matatu ya kimataifa. Hivyo anao uzoefu katika sekta ya kilimo biashara na usindikaji kwa miaka 7, wa kuzalisha vyakula na usambazaji kwa miaka 8, na uagizaji na uuzaji wa mafuta kwa takribani miaka 10. Kwa sasa ni mhudumu katika biashara ya kilimo cha matunda, na usambazaji huu wa vitabu.